சீனா

புரட்சியும் – வளர்ச்சியும்

எழில்முத்து

சத்யா

Title
China
Puratchiyum - Valarchiyum
Ezhilmuthu

ISBN : 978-93-6666-225-1
Title Code : Sathyaa -149

நூல் தலைப்பு
சீனா
புரட்சியும் – வளர்ச்சியும்

நூல் ஆசிரியர்
எழில்முத்து

முதற்பதிப்பு
மார்ச் 2025

விலை : ₹ 150

பக்கம் : 114

Printed in India
Published by
Sathyaa Enterprises
No.134, First Floor,
Choolaimedu High road,
Choolaimedu, Chennai - 600 094.
044 - 4507 4203

Email
sathyaabooks@gmail.com

முன்னோட்டம் ...

மாக்சியம் என்பது மானுட அரசியல் வரலாற்றில் மிகப்பெரிய அறிவியல் கண்டுபிடிப்பு. நேர்மையற்ற, மானுட நேயமிக்க சித்தாந்தங்கள் ஆயினும் அதற்கு தலைமை ஏற்கும்போது அது சீரழிகிறது. மாக்ஸிய விஞ்ஞானத்தை அடுத்த நிலைக்கு கொண்டு போவதற்கான போக்கில் சில அறிவுஜீவிகள் பின் தள்ளப்பட்டு விட்டார்கள். கம்யூனிசம் தோற்றுவிக்கப் பட்ட காலத்தில் அது உடைமை வர்க்கங்கள் எதிர்க்க ஆயுதம் தாங்கிய போராட்ட முறையை கைகொள்ள வேண்டியதாயிற்று.

அன்று மக்களின் ஏழ்மையும், அறியாமையும், மத நம்பிக்கையும், கல்வியும் படுபாதாளத்தில் இருந்தது. ஆனால் இன்றைய நிலை வேறு. இன்று அந்தப் போராட்டம் தேவையேயில்லை. இது நமது அரசாங்கம், இதில் நாம் போராடும் முறையை விஞ்ஞான வளர்ச்சிக்கேற்ப மாற்றியிருக்க வேண்டும்.

மார்க்சியத்தை அப்படியே வைத்துக் கொண்டு லெனின் ரஷ்யாவுக்காக வடிவமைத்த கம்யூனிசமும் சீனாவுக்காக மாவோ வடிவமைத்த கம்யூனிசமும் வேறு வேறு.

இந்தியாவில் மார்க்ஸ் கம்யூனிசம் அகிலம் பற்றி சிந்திப்பதற்கு பல ஆயிரம் ஆண்டுகளுக்கு முன்பே 'யாதும் ஊரே யாவரும் கேளீர்' என்றும், 'ஒன்றே குலம் ஒருவனே தேவன்' என்றும், 'உழைப்பே உயர்வு' என்றும் ஆன்மிகத்தின் பசியற்ற, நோயற்ற ஒரு சமூகத்தை உருவாக்க சித்தர்களும், ஞானிகளும் இங்கே இந்திய நிலத்தை செம்மைப்படுத்தியிருந்தார்கள்.

இதெல்லாம் தோழமையோடு கருத்தில் கொள்ள தவறி, முதலாளி என்றும் தொழிலாளி என்றும் வரையறுத்தது. இருப்பவன் இல்லாதவனுக்கு பகிர்ந்து

அளித்துக் கொண்டிருந்த சமூகத்தில் எதிர் முரண்களை ஏற்படுத்தியதால் நேர் முரண்கள் தேய்ந்து கம்யூனிச விதை நினைத்தும் விளையாமல் போனது.

ஆன்மிகத்தால் கம்யூனிசம் வந்தால் வரட்டுமே! ஆனால் என்ன? கம்யூனிசம் முக்கியமா? கடவுள் முக்கியமா? மனிதம் முக்கியமா? மதம் முக்கியமா?

Intelectual communist society பெறுவதற்கு கம்யூனிச நாடுகள் முன் நிற்கின்றதா என்பது கேள்விக்குறியே. கம்யூனிசத்தை கரைத்துக் குடித்த இந்த மேட்டிமை பழமைவாத கம்யூனிஸ்டுகளும், மதவாத பழமைவாதி களுக்கும் என்ன வேறுபாடு?

மொத்தத்தில் கம்யூனிசத்தின் பேரால் மக்களை திசை திரும்பிய ரஷ்ய-சீனா, சோவியத்-வடகொரியா இன்னும் பிற நாடுகள் பின்னர் முதலாளித் துவத்தை நோக்கியே சென்றனர். அதன் வழியே தேசங்கள் தங்கள் ஆளுமையின் கீழ் கொண்டு வந்து செயலாற்றி வருகின்றனர்.

இவ்வழியில் சீன கம்யூனிசம் பல்வேறு திசை மாறி கம்யூனிச முதலாளித் துவம் என்ற நிலைக்கு ஆளாகி தொடர்ந்து செயலாற்றி வருகின்றனர். இதில் சீனா தன்னளவில் எல்லார்க்கும் கல்வி, எல்லார்க்கும் வேலை, எல்லார்க்கும் இருப்பிடம் என்ற புது வெளிச்சத்தில் நடை போட்டு இன்று உலகளவில் ஒரு வல்லரசாக உருவெடுத்துள்ளது.

இத்தகைய வளர்ச்சிப் போக்கில் மேற்கத்திய நாடுகள், சீன, ஜப்பான், வடகொரியா, தென்கொரியா, இலங்கை போன்ற பொருளாதாரத்தில் செழித்தோங்கி நிற்கக் காரணம் அங்கெல்லாம் ஒரே மொழி ஒரே மதம் என்ற நிலைப்பாட்டில் மக்கள் தங்கள் வாழ்வியல் பயணத்தை மேற்கொள் கின்றனர்.

பன்மொழி, பல கலாச்சாரம், பல இனங்கள், பல சாதி, மதம் உருண்டோடி இருக்கும் தேசத்தில் கம்யூனிசமும், சோசலிசமும், எல்லார்க்கும் எல்லாரும் என்ற கோட்பாடு சாத்தியமில்லை தான். ஆயினும் அந்த கறைகளோடு நாம் பயணித்துக் கொண்டே இருக்க வேண்டும்.

சீனாவின் பொருளாதார வளர்ச்சி 1945ஆம் நூற்றாண்டு வரையிலான வளர்ச்சி, மாற்றத்தை அம்மக்கள் வளர்ச்சியை கண்டோம்.

அரசியலமைப்பு, சீனாவின் ஆட்சி முறை, மக்கள் ஜனநாயக சர்வாதிகாரம் என்றே விவரிக்கச் சோசலிச ஆலோசனை ஜனநாயகம் மற்றும் குழு செயல்முறை, மக்கள் ஜனநாயகம் உட்பட சீனாவின் அரசாங்க அமைப்பை வடிவமைத்துள்ளது.

சீனாவில் 63 மாநிலங்கள் உள்ளன. சீன அதிகார பூர்வமாக சீன மக்கள் குடியரசு என்று அழைக்கப்படுகிறது.

சீனக் கம்யூனிஸ்ட் கட்சியின் (சிசிபி) தலைமையின கீழ் மக்கள் காங்கிரசின் அமைப்பை அடிப்படையாகக் கொண்ட கம்யூனிச அரசு கட்டமைப்பு உள்ளது. தேசிய மக்கள் காங்கிரஸ் அரச அதிகாரத்தின் மிக உயர்ந்த அமைப்பாகவும் ஒரே கிளையாகவும் செயல்படுகிறது.

140 கோடிக்கும் அதிகமான மக்கள் தொகை கொண்ட சீன இந்தியாவுக்கு அடுத்தபடி மக்கள் அதிகம் கொண்ட நாடாகும்.

14 நாடுகளுடன் நில எல்லைகளை கொண்டுள்ள சீனா 96 லட்சம் சதுர கிலோமீட்டர்கள் பரப்பளவுடன் உலகின் மூன்றாவது மிகப்பெரிய நாடாகும்.

22 மாநிலங்கள், 33 மாநில நிலப்பிரிவுகள், ஐந்து சுயாட்சி பகுதிகள், நான்கு மாநகராட்சிகள், இரண்டு சுயாட்சி சிறப்புடைய சிறப்பு நிர்வாகப் பகுதிகளாகப் பிரிக்கப்பட்டுள்ளது.

பெய்கிங் நாட்டின் தலைநகரமாகவும், நகர்ப்புறப் பரப்பளவு அடிப்படையில் மிக அதிக மக்கள் தொகையுடைய நகரம் மற்றும் நாட்டின் மிகப்பெரியது.

சீன கம்யூனிஸ்ட் கட்சியின் எல்லார்க்கும் எல்லாமும் என்ற திசை வழியில் பயணப்படும் அது, எத்தகைய கடினமான பாதை என்றுணர்ந்தே நடை போட்டனர்.

இதில் அவர்கள் வெற்றி பெற்றார்களா? என்பது ஒரு புரியாத புதிர்தான். அந்தப் புரியாத புதிருக்கு விடை காணுவதே இந்நூலின் நோக்கம்.

- அன்புடன்

கோ. எழில்முத்து

தொடர்பு எண்
99403 06746

உள்ளே...

1. சீனப் பண்டைய வரலாறு — 7
2. சீன மொழியின் தொன்மை — 12
3. கரம் கொடுத்த சோவியத் — 21
4. பிளவுவாத சக்திகள் — 27
5. நீண்ட பயணம் — 32
6. மக்கள் சீனம் — 35
7. கற்பனவாதகோஷம் — 39
8. மாவோவின் அரசியல் — 43
9. கலாச்சார புரட்சி — 49
10. கட்சிக்குள் ராணுவம் — 55
11. சோவியத் எதிர்ப்பு — 59
12. தேசிய கம்யூனிசம் — 62
13. கை கோர்த்த அமெரிக்கா — 69
14. எது புரட்சிப் பாதை? — 74
15. வாரிசுப் போர் — 77
16. மேற்கத்திய தென்றல் — 83
17. முக்கோண அரசியல் — 89
18. முரண்களின் உச்சம் — 93
19. சீனாவின் பொருளாதாரம் — 100
20. ஷீ ஜின் பிங் — 106
21. சக்தி வாய்ந்த சக்தி — 109

1. சீனப் பண்டைய வரலாறு

சீனா ஆசிய கண்டத்தின் கிழக்குப் பகுதியில் அமைந்துள்ள பெரிய நிலப்பரப்பையும், மக்கள் தொகையையும் கொண்ட நாடாகும். மஞ்சள் ஆறு சீன நாகரிகத்தின் தொட்டில் என அழைக்கப்படுகின்றது. இங்கேயே வட சீன நாகரிகத்தின் தோற்று வாய் ஆகும்.

சீன கலாச்சாரம் 5000 ஆண்டுகால வரலாற்று பெருமை உடையது. இதன் சிறப்பான வரலாறு, பண்பாடு பெருமை உடையது.

நாகரிகத்தின் தொட்டில் எனப்படும் சீன மூன்று முழு அரசுகளாலும், பேரரசர்களாலும் ஆளப்பட்டது.

சியா அரச மரபு கி.மு. 2100 - 1600

சாஸ் அரச மரபு கி.மு. 1600 - 1046

சவு அரச மரபு கி.மு. 1045 - 256

பேரரசுகள் :

சின் அரச மரபு கி.மு. 221 - 206

ஆன் அரச மரபு கி.மு. 206 - 220

மூன்று இராச்சியங்கள் கி.மு. 220 - 280
வேய், சூ மற்றும் ஓ.யின் அரச மரபு கி.பி.265-420
சுயி அரச மரபு 581-618

என மேற்கு சியா எனும் வடமேற்கு சீனாவின் பேரரசு (1038-1224) என ஆட்சி புரிந்தன.

மேற்கு சியா அல்லது சி சியா, தாங்குடு பேரரசு என அழைக்கப் பட்டன. இங்கு மங்கோலியர், மின்யக் என தாங்குடு மக்கள் வசித்தனர். இவர்கள் பௌத்த மதத்தை தழுவி வாழ்ந்தனர். இப்பேரரசு 1038 முதல் 1227 கோலோச்சியது. இது 8 லட்சம் சதுர கி.மீ. பரப்பளவு கொண்டது. இதன் தலைநகராக சிங்சிங் (நவீன இன்சுலான்) விளங்கியது.

இவர்கள் பேசிய மொழி தாங்குடு, சீனம், முதன்மை மதமாக பௌத்தம் இரண்டாவதாக தாவோயியம் கன்பூசியம் போன்றவை சீன நாட்டுக்கு மதமாக விளங்கியது.

கி.பி. 984-1142 முதல் பலவேறு அரச மரபுகள் ஆண்டன. 1227ல் மங்கோலியர்களால் மேற்காசியா நிர்மூலமாக அழிக்கப்பட்டது. எனவே இப்பேரரசை நிறுவியவர்களும், இதன் வரலாறும் சீன மற்றும் மேற்குலகத்தில் 20ஆம் நூற்றாண்டிலேயே நவீன அரசியல் அமைப்பாய் முகிழ்ந்தது.

சீனாவின் நாகரிகமும் மக்களின் பண்பாடும் மேன்மையுடையது. சீனாவின் கைவினைப் பொருட்கள், தொழில்நுட்ப வளர்ச்சி உலகின் அடிப்படை கலாச்சாரப் புரட்சி என்றே சொல்லத்தகும். இவர்கள் வாழ்வியலும் மேன்மை கொண்டதாகும். இவர்களது சமயமும் இலக்கியங்களும் மானுட வாழ்வின் மேன்மையை, உழைப்பை பேசுவன. இதனாலேயே இன்றுவரை உலகில் வல்லரசாக வளர்ந்து நிமிர்ந்து நிற்கிறது.

பௌத்த நெறிகள், தத்துவங்கள், பின்னர் தோன்றிய அறநெறிகள் மக்களின் வாழ்வியல் நடைபயணங்கள் உலகின் கலாச்சார புரட்சி யின் வழித்தோன்றல் என்றே சொல்லலாம்.

சீன நாகரிகம் வரலாற்று ரீதியாக கிழக்கு ஆசியாவின் மேலாதிக்க கலாச்சாரமாகவே கருதப்படுகிறது. ஆரம்பகால புராதன நாகரீகங்களில் ஒன்றாக சீனா இருப்பதால் சீன கலாச்சாரம் ஆசியாவின் தத்துவம், நல்லொழுக்கம், ஆசாரம், மரபுகள் ஆகியவற்றில் ஆழமான செல்வாக்கை செலுத்தின.

குறிப்பாக சீன எழுத்துகள், மண்பாண்டங்கள், கட்டிடக்கலை, இசை, நடனம், இலக்கியம், தற்காப்புக் கலைகள், உணவு வகைகள், கலைகள், தத்துவம், ஆசாரம், மதம், அரசியல் மற்றும் வரலாறு உலகளாவியச் செல்வாக்கைக் கொண்டிருக்கின்றன. அதே சமயம் அதன் பாரம்பரியங்கள், பண்டிகைகள் இன்றுவரை கொண்டாடப்படுகின்றன, வளர்க்கப்படுகின்ற, நடைமுறைப்படுத்தப்படுகின்றன.

மேலும் மனம், உடல் மற்றும் மனித உறவுகளின் நடத்தை பற்றிய விஷயங்களின் கவனம் செலுத்துகிறது. சமூக அறிவியலாளர்கள், மானுடநேயம் போற்றப்படுவதுடன் மனநல மருத்துவர்களாகவும் பங்காற்றுகின்றனர்.

சீன கலாச்சாரம் உடல் ஆரோக்கியம், பெற்றோர் குழந்தைகளிடையே நல்லுறவு, சமூக உறவுகள், தனிநபர் மற்றும் குழு வளர்ச்சி, சுகாதார சேவைகள், புலம் பெயர்வு, தொழில் மயமாக்கல், நகரமயமாக்கல் ஆகியவற்றின் தாக்கங்கள் அதனை உடனுக்குடன் தீர்ப்பது என மானுட வாழ்வியல் அனைத்து கூறுகளையும் அரசு இன்றுவரை கவனம் செலுத்துகிறது.

மொத்தத்தில் உலகின் நான்கு பழங்கால நாகரிகங்களுக்கான தொட்டில்கள், மத்தியில் அதன் வரலாற்று தொடர்ச்சியை பாதுகாத்து வளர்த்தது சீன நாகரிகமே என்பதை உறுதியிட்டுச் சொல்லலாம்.

இன்றும் சீன மக்கள் தேசத்தின் வளர்ச்சியில் நீண்ட கால செயல் பாட்டில் தொடர்ச்சியான மறுபரிசீலனை, சட்டம் ஒழுங்கு, சமூக அர்ப்பணிப்பு, பன்முகத்தன்மையை உள்ளடக்குதல், யதார்த்தம் மற்றும் மாற்றங்களை வரவேற்றல், அதிநவீன கட்டமைப்புகள் மாற்றங்களை தழுவுதல் என அவர்களின் ரத்தத்திலும் ஆன்மாவிலும் உள்ளடங்கி இன்றைய உலகில் வல்லரசாக நிமிர்ந்து நிற்கின்றது.

கிழக்காசியாவில் உள்ள நாடுகளில் சீனாவும் ஒன்று. இது அதிகாரபூர்வமாக 'சீன மக்கள் குடியரசு' என்று அழைக்கப்படுகிறது. 140 கோடிக்கும் அதிகமான மக்கள் கொண்ட உலகின் இந்தியாவுக்கு அடுத்தபடியாக இரண்டாவது மக்கள் தொகை கொண்ட நாடு. உலகின் மக்கள் தொகையில் 17.4 சதவீதம் கொண்ட நாடு. 14 நாடுகளுடன் நில எல்லைகளை கொண்டது. கிட்டதட்ட 96 லட்சம் சதுர கிலோ மீட்டர்கள் பரப்பளவுடன் மொத்த நிலப்பரப்பில் உலகின் மூன்றாவது மிகப்பெரிய நாடு.

33 மாநில நிலப்பிரிவுகள், 23 மாநிலங்கள், ஐந்து சுயாட்சி பகுதிகள், நான்கு மாநகராட்சிகள், இரண்டு சுயாட்சி சிறப்பு நிர்வாகப் பகுதிகளாகப் பிரிக்கப்பட்டுள்ளது. பெய்சிங் நாட்டின் தலைநகராக வும் நகர்ப்புறப் பரப்பளவின் அடிப்படையில் மிக அதிக மக்கள் தொகையுடன் கூடிய நகரம். மேலும் நாட்டின் மிகப் பெரிய நிதி மையமாக சாங்சாய் உள்ளது.

நாகரிகத்தின் தொட்டியாக சீனா கருதப்படுகிறது. இப்பகுதியில் முதல் மனித குடியிருப்பாளர்கள் பழைய கற்காலத்தின் போது வருகை புரிந்தனர். கி.மு. 2வது ஆண்டில் மஞ்சள் ஆற்று வடிவத்தில் தொடக்கமாக அரச மரபு நாடுகள் உருவாயின.

சீன நாகரிகத்தின் ஒற்றுமை வளர்ச்சிக்கு பல சீனத்தவர் பெரும் பங்களிப்பை கொடுத்துள்ளனர். அவர்களுள் சின் மரபு, ஆன் மரபு, டாஸ் மரபு, வெய் சின் தெற்கு வடக்கு அம்சங்கள் சொன்மரபு, யுவான் சின் தெற்கு வடக்கு அம்சங்கள் ஆகியன சீன வரலாற்றில் முக்கிய இடம் பெற்றன.

சீன அரசியல் என்பது கி.மு.2100 - கி.மு.1600 தொடங்கி இன்றைய காலம் வரை தொடர்கிறது. சீனாவை ஆளுமை செய்த நாடுகள் அவமானத்தின் நூற்றாண்டு அல்லது நூறாண்டு கால தேசிய அவமானம் என்று வரலாற்றாய்வுகள் குறிப்பிடுகின்றனர்.

சீனாவின் சீனப் பேரரசை மேற்கத்திய நாடுகள், உருசிய மற்றும் ஜப்பான் ஆகியவை 1834 முதல் 1749 வரை தங்கள் ஆளுமையின்கீழ் பயன்படுத்திக் கொண்டன.

1915 ஆம் ஆண்டு ஜப்பானிய அரசாங்கம் விதித்த இருபத்தொரு நிபந்தனைகளை யுவான் ஷிங்கால் ஒப்புக் கொண்டதை எதிர்த்து சீன தேசிய வளர்ந்து கொண்டிருந்த சூழ்நிலையில் தோன்றியது, குலோன்மின் டாங், சீன பொதுவுடைமைக் கட்சி துளிர்க்க ஆரம்பித்தன.

∎

2. சீன மொழியின் தொன்மை

எல்லா நாட்டையும் போல சீனாவையும் ஒரு நாடு என்று கூறினாலும் அதனை ஒரு கண்டம் என்றோ அது ஓர் தனி உலகம் என்றே குறிப்பிடத்தகும்.

இந்திய மக்கள் தொகை உலகில் ஐந்து ஒரு பங்கு என்றால் சீனா உலக மக்கள்தொகையில் 4ல் ஒரு பங்கு எனலாம். எனவே உலகின் மக்கள் தொகையில் முதன்மை பெற்ற நாடு என்றே சொல்ல வேண்டும்.

அதேபோல் மொழிப் பரப்பு, பழமை, வாழ்வுக்காலம், இலக்கிய பரப்பு ஆகியவை பிற நாடுகளின் அளவை மீறி பேரளவு கொண்டது.

சீனாவின் பழமையை ஒத்த மற்றப் பகுதிகள் எகிப்து, ஆப்பிரிக்கா, திராவிடம் அதாவது திராவிட இந்தியாவை சொல்லலாம்.

சீனா தொன்மை காலம் முதல் இன்றளவும் தனிப்பரப்பும் விரிவும் குறையாது. இன்றும் உலகின் முதல் மொழியாய் இயங்குகிறது. உலக மொழி என்று கூறப்படும் ஆங்கிலம் பேசுவோர் தொகை 20 கோடி என்றாலும் சீன பேசுவோர் இரட்டிப்புக்கு மேற்பட்டது 50 கோடி என்பதை நாம் மறக்கலாகாது.

சீனம் போலவே இந்தியாவும் ஒரு கண்டம் என்றாலும் அது பல இனம், மொழி, நாகரிகம், சமயம் ஆகியவற்றால் உரு குலைந்த நாடு என்றே சொல்லலாம். சீனாவோ 50 கோடியும் ஒரே மொழி பேசுவதால் கிட்டதட்ட ஒரே சமய பரப்புடையதாயிருந்து தனித்துவமாய் இயங்குகிறது.

எழுத்துருவிலும் சீனம் மிக பழமையானது. மற்ற மொழிகளில் ஒவ்வொர் ஒலியையும் குறிக்க ஓர் எழுத்து இருக்கும். எனவே நெடுங்கணக்கிலுள்ள எழுத்துகள் வரம்புக்கு உட்பட்டவையாய் இருக்கின்றன. ஆங்கிலத்தில் 26 எழுத்தும், உருதுவில் 36 எழுத்தும், வடமொழியில் 51 எழுத்தும், தமிழில் 31 எழுத்தும் இருக்கின்றன.

ஆனால் சீனத்தில் ஒவ்வொரு சொல்லுக்கும் கிட்டதட்ட ஓர் எழுத்து தேவைப்படுகிறது. ஆகவே பள்ளிப் புத்தகங்கள் இயற்றுவதற்குக் கூட 9000 எழுத்துகள் வேண்டும். எனவே சீன மொழி 40,000 மேற்பட்ட எழுத்துகள் பயன்படுத்தப்படுகின்றன.

எழுத்து முறையில் ஒலிக் குறியீட்டு முறைக்கு முற்பட்டு உலகில் பட எழுத்துகள் கொண்டிருந்தன. எகிப்தின் பண்டை எழுத்துரு இத்தகைய பட எழுத்துகளே. நாளடைவில் பட எழுத்துகள் வரிவடிவம் பெற்றது.

பண்டைய சீன எழுத்து வடிவ கல்வி வளர்ச்சியில் இடர்பாடு கொண்டதாய் இருப்பினும் நாட்டொற்றுமை வகையில் சீனத்துக்கு பேருதவி செய்திருக்கிறது.

சீனத்தில் ஒரு பகுதி பேச்சு மொழி பிறிதொரு பகுதியில் அறிந்து கொள்ள முடியாத அளவு வேறுபாடு கொண்டவையே. எனவே, சீன மொழி ஒன்று என்பதைவிட பல என்று கூறு சொல்லலாம். ஆனால், எழுத்து ஒலியுடன் தொடர்பில்லாதிருப்பதால் பல்வேறு ஒலிகள் பிற பகுதி சொற்களுக்கும் வரி வடிவம் ஒன்றாகவே அமைந்துள்ளது. இதனால் பல பகுதியினர் ஒருவரோடு ஒருவர் பேச முடியா விட்டாலும், ஒரே நூலை வாசித்தறிய முடியும். இந் நிலைமை ஏற்பட்டதனால் சீனர் ஒரே இலக்கியமும் ஒரே நாகரிகமும் உடையவராய் இருக்கின்றனர்.

சீன மொழியின் சொல்வளம் ஒரு நல்ல படிப்பினை தரத்தக்கது. சீன மொழி எத்தகைய புதுக் கருத்துகளையும் தூய சீனத் தொடர்களால் குறிக்கின்றது.

சீன நாகரிகம் பழமையில் மட்டுமின்றி மேம்பாட்டிலும் மற்ற நாகரீகளுக்கெல்லாம் முற்பட்டது. முதன் முதல் எழுதுவதற்கு தாளையும் உடுக்க பட்டினையும், குடிக்கத் தேயிலையும், காலுக்குச் செருப்பும், புதையலையும், உட்கார நாற்காலியும், மேடை பலகைகளையும் பயன்பாட்டுக்கு கொண்டு வந்தவர் இவர்களே. மேலும் வெடி மருந்தின் பயன்பாட்டை 2000 ஆண்டுகளுக்கு முன்னரே தெரிந்திருந்தது.

உலகின் சமயங்கள் இரண்டு தோன்றின. அவை கம்யூனியஸ் நெறி, லாவேட்சுவின் 'தாவ்' நெறி என்பன. இவ்விரு சமயங்களும் இந்தியாவில் புத்த சமயம் தோன்றிய காலமாகிய கி.மு. 600 ஆம் ஆண்டிலேயே தோன்றின.

அரசியல் அமைதி, ஒழுக்க முறை ஆகிய இரண்டையும் தெய்வத்தின் ஆணை முறைகள் எனக் கொண்டு சமய நெறியை கொண்டனர்.

சீனக் கல்வி

சீனக் கல்வி அடிப்படையில் செயல்வழிக் கல்வியே எல்லார்க்கும் பொதுவான கல்வியே. தமிழ்வழிக் கல்விபோல் குருகுலக்கல்வி முறை ஆங்கு பயிற்றுவிக்கப்பட்டது. அது மனவளக் கல்வியிலிருந்து உடல்வளக் கல்விவரை போதிக்கப்பட்டது.

இப்போது இங்கு பெரிதாகப் பேசப்படும் குங்பூ, கராத்தே சீனாவில் பன்னெடுங்காலமாக போதிக்கப்பட்டது. அது இதுநாள்வரை பயிற்றுவிக்கப்பட்டு இன்று விளையாட்டுத்துறையில், உடற்பயிற்சியில் உலகளவில் முதல், இரண்டாவது இடத்தைப் பிடிக்கின்றனர்.

கி.மு. 200-ல் சீனப் பேரரசர் ஒருவர் பழைய சீன நூல்களை யெல்லாம் அழித்தொழிக்கக் கச்சைக் கட்டினான். பல நூல்கள் எரிக்கப்பட்டன. புலவர் பலர் தூக்கிலிடப்பட்டனர். ஆயினும், பல புலவர் உயிரினும் உயர்வான கான்பூசியஸ் முதலியோர் வளர்த்த இலக்கியத்தைப் பேணிக் காத்தனர்.

ஹான் வழியின் முதல் பேரரசர் மீண்டும் இலக்கியத்தைப் பேணிக்காத்து மீண்டும் புத்துயிர் பெற்றன. அவர் நிறுவிய நூல் நிலையத்தில் 11,000 ஏட்டுப் படிகள் இருந்ததாகச் சொல்லப் படுகிறது.

ஹான் மரபினர் காலத்திலேயே (கி.மு. 200 - கி.பி. 2001) சீன வரலாற்றிலக்கியம் மிகச் சிறப்புடையதாய் இருந்தது. சீன வரலாற்றுத் தந்தை எனப் போற்றப்படும் சு-மா-சியேன் இயற்றிய சீன வரலாறு கி.பி. 2697 முதல் கி.மு. 740 வரையுள்ள செய்திகளைக் கூறுகிறது.

ஐரோப்பாவில் 18-19ஆம் நூற்றாண்டுகளிலேயே ஏற்பட்ட அறிவியல் வரலாற்று முறையின் (Scientific Method of History) பல கூறுகளை சு-மா-வின் வரலாற்றில் காணலாம்.

ஹான் மரபினர் விளம்பரப் பலகைகளை உருவாக்கிய அறிஞர் சா?வோ?ட்சோ அவற்றில் குற்றம் வறுமையின் பயன் என்பது; வறுமை இல்லாமையின் விளைவு; உணவின்மையால் பசியும், ஆடை இன்மையால் குளிரும் ஏற்பட்டால் நாணயத்தையும் வாய்மையும் எதிர்பார்த்தல் கூடாது என்பது போன்ற பொன் மொழிகளை அப்பதாகையில் பொறித்தார்.

கி.மு. முதல் நூற்றாண்டில், லூ-வென்-ஹுு என்பவர் ஆங்கிலத்தில் ஸ்மைல் என்பவரின் தன் முயற்சி பற்றிய நூல் ஒன்று இயற்றிப் புகழ் பெற்றார்.

ஆனால், சீனாவில் பழைய சீன எழுத்துக்களின் இடமாகச் சிறு பொறி பறந்தது. இக்காலத்திலேயே புத்தர் நெறி சீனர் வாழ்வில் கி.பி.70 லேயே பற்றிக் கொண்டது.

கி.பி. 200 முதல் 600 வரை சீன அரசியலில் ஆறுகால் வழியினர் ஒருவர் பின் ஒருவராய் ஆண்டனர். சீன இலக்கியம் மிகவும் பிற்பட்டிருந்த காலம் இதுவே. புத்த சமய வரவு புது வரவான போதிலும் எவ்வித எழுச்சியும் ஏற்படுவதற்கு மாறாக பழைய நூல்களிலிருந்து எடுத்தாளப்பட்டே வந்தது.

இக்காலத்தின் தலைசிறந்த எழுத்தாளர் வாங்-சூ ஆவர். இவர் அக்காலத்து சித்த மரபினர். மக்களின் கண் மூடி பழக்க வழக்கங் களை பகுத்தறிவு கண் கொண்டு ஆய்ந்தார். அதேபோல் புத்தநெறி சார்ந்தவருள் தலைசிறந்த எழுத்தாளராகப் பா-ஃசிபென் என்ற சீன புத்தத் துறவி, இந்தியாவில் வடபகுதிகளில் பயணம் செய்து குப்தர் காலத்து இந்தியாவைப் பதிவு செய்தார்.

இவர் சிறந்த இலக்கியவாதியாயினும் சமயத்தில் பற்றுக் கொண்டு சமய அருஞ்செயல்களையும் புனைக் கதைகளையும் அப்படியே வரலாற்றாக்கினார். இவருக்கு அடுத்து புத்த எழுத்தாளர் குமார ஜீவா என்ற இந்தியப் புலவர் இவர் சீனத்தில் குடியேறி சீனமொழி பயின்று சீண்டியவர்கள் உதவியுடன் புத்த சமய நூல்களைச் சீனத்தில் மொழி பெயர்த்தார். சீன மக்களால் குட்டி புத்தர் என்றழைக்கப் பட்டார்.

சீன இலக்கியம் :

சீனரிடையே எண்ணும் எழுத்தும் இலக்கியமும் கி.மு.3000 முதலே இருந்திருக்கிறது. இந்தக் காலத்தை வரலாற்றுக்கு முந்தைய காலம் எனலாம்.

கி.மு.600ஐ ஒட்டி கன்பூசியஸ், லயோட்சு வாழ்ந்தனர். இக்காலத்தை தொன்மைக் காலம் எனலாம். கி.மு. 200 முதல் கி.பி. 1200 வரையுள்ள காலமே சீன இலக்கியத்தின் சிறந்த காலம் எனலாம். இதனை இடைக்காலம் என்பர். கி.பி. 1200 முதல் இன்றுவரை பிற்காலம் என்பர்.

கன்பூஷியஸ் தம் காலத்திற்கு முன்னிருந்த இலக்கியங்களை தம் கொள்கைகளை வகுத்தும் ஐந்து தொகுதிகளை வெளியிட்டார். யி-கிங், லிட்சி, ஷு-கிஸ், பழம்பாடல் தொகுதி (ஷி-கிங்) தென்றலும் வாடையும் (சன்-ட்சு) என்பவை. இதில் இறுதியான தென்றலும் வாடையும் மட்டுமே கான்யூசியஸ் தாமே எழுதியதாக சொல்லப் படுகிறது. இரண்டு தொகுதிகள் கி.மு.1000 ஆண்டுகளுக்கு உள்ளவை.

சீன இலக்கியத்துக்கு கான்பூசியஸ் செய்த அரும்பணி பழம் பாடல் தொகுதியே ஆகும். இப்பழம் பாடல்கள் எளிமையும், உணர்ச்சிக் கனிவும் நயமும் உடையவை. 'தாவ்' நெறிகண்ட லாவோட்சு கான்பூஸியஸுக்கு சற்று முந்தியவராய், வாழ்ந்தவ ராயும் இருக்க வேண்டும். கான்பூஸுயசுக்கு பின்வந்த பலர் கான்பூசியஸின் இக்குறுகிய வரலாற்றை முன்மாதிரியாகக் கொண்டு எழுதினர்.

லாவோட்சுவின் கொள்கைகள் இலக்கிய வாயிலாகப் பரப்பி யவர்கள் லியோட்சு என்பவரும் ஹான்-பொய-ட்கோ என்பவரும் ஆவார்.

ஹான் மரபினர் காலத்திலேயே கி.மு.200-கி.பி.200 சீன வரலாற் றிலக்கியம் மிகச் சிறப்புடையதாய் இருந்தது. சீன வரலாற்று தந்தை எனக் கூறத்தகும். க-மா-சியேன் இயற்றிய சீன வரலாறு 2697 முதல் கி.மு.740 வரையுள்ள செய்திகளைக் கூறுகிறது.

ஐரோப்பாவில் 18, 19 ஆம் நூற்றாண்டுகளிலேயே ஏற்பட்ட அறிவியல் வரலாற்று முறையின் (Scientific method has History) பல கூறுகளை க-மா-வின் வரலாற்றில் காணலாம். இதன் தொடர்ச்சியாக பான்-சூன் என்பவர் ஹான் மரபினர் வரலாற்றை 120 ஏடுகளில் பதிவு செய்துள்ளார்.

இடைக்காலம் :

கி.பி.600 முதல் 900 வரை 'தாங்' மரபினர் காலமே சீனக் கவிதை உச்சரிப்பை எய்திய காலமாகும். புதிய புத்த மதத்தை எதிர்த்த ஷான்-வேங்-சூங் கான்பூசியஸ் நெறியின் கடைசி பாதுகாவல ராகவும், பழைய சீனப் புலவரின் கடைசி முடிசூடா மன்னராகவும் கருதப்படுகிறார்.

கி.பி.900 முதல் 1200 ஆண்ட சூங் அரசர் காலமே சீன இலக்கியத்தின் பொற்காலம் என்று கருதப்படுகிறது. 254 ஏடுகளாக பாரம்பரிய சீன வரலாறு எழுதிய சு-மா-குவாங் இக்காலத்தின் சிறந்த வரலாற்றா சிரியர். மேலும் அரசியல் அறிஞரும் படைத்தலைவருமான ஷோர்-இக்லா இக்காலத்தின் முதன்மை வாய்ந்த கருத்துரையாளர்.

லி-இ முதலிய பல எழுத்தாளர் ஓவியம் முதலிய கலைகளின் வரலாறு களும் அவை பற்றிய கருத்துரைகளையும் தருகின்றனர்.

சீன நாடகக்கலை :

சீன இலக்கியத்தில் நாடகக் கலை 200 ஆண்டு தொடர்பான வளர்ச்சியுடையது. தொடக்க காலம் முதலே நாடகம் இங்கு வரலாற்று தொடர்புடையதாய் விளங்கியது. நாடகக் கலை மக்களின் பேச்சு மொழியினிலே, நடையினிலே எழுதப்பட்டன. நெடுங்காலமாக கி.பி.800 வரை நாடகத்தில் இரண்டு பேரே நடித்தனர். பிற உறுப்பினர் ஒன்று நடிக்காத ஊமை நடிகராய் இருந்தனர்.

அவல நாடகம் (melodrama), கேலி நாடகம் (Farce), களி நாடகம் (comedy) ஆகிய குறைவன்றியும் துன்ப நாடகம் (Half tragedies) நாடகத் துறைகள் சீன நாடகத் துறையில் நடிக்கப்பட்டாலும் சீன சமயக் கொள்கை காரணமாக துன்ப முடிவு நாடகங்கள் அதிகம் இடம் பெறவில்லை. இக்கலை இடைக்காலத்தில் தோன்றினாலும் பிற்காலத்தில் சிறந்த விளங்கியது.

பிற்காலம் :

கி.பி. 1200 முதல் 1368 வரை மங்கோலியர் படையெடுத்து ஆட்சிக் கட்டிலில் அமர்ந்தனர். அதன்பின் 1644 வரை மிங் மரபினரும், பத்தொன்பதாம் நூற்றாண்டு வரை மஞ்சூரி இனத்தவரான 'மஞ்சு'க் கால வழியினரும் ஆட்சி செய்தனர். அறிஞர் சுன்-யத்-சேன் கருத்துப் புரட்சியாலும், மார்ஷல் சியாங்-கை-ஷேக்கின் செயல் முறை வெற்றியாலும் இருபதாம் நூற்றாண்டில் சீனக் குடியரசு ஏற்பட்டது.

சீன நூல்கள் அளவில் பெருகி கடல்போல் பரந்து விரிந்தது. பழம் நூல்கள் பல தொகுதிகள் வெளிவந்தன. இத்தகைய நூற்களஞ்சியம் ஒன்றே 23,000 ஏடுகள் கொண்டதாம்.

மஞ்சு மரபினர் காலத்தில் 'குருதி தேய்ந்த விசிறி', 'அழியா வாழ்க்கை அரண்மனை', 'பல வீரர் கூட்டம்' என்ற சுன்-யின்-ஹூயி என்ற வரலாற்று நாடகம் பிறந்தன.

புனைக்கதை :

சீனப் புனைக் கதைகள் பெரிதும் வரலாற்று (காதல் வீரம்) கொண்டவையாக எளியவர்க்கு நண்பரான 'ஜட்புலிங்க நாடான்' போன்றவர் கதைகளையும், புலவன் படும் பாடு துயரங்களையும் முன் நிறுத்தியது. மூவரசர் வரலாறு 3 ஆம் நூற்றாண்டு முதல் 13 ஆம் நூற்றாண்டு வரை சித்தரித்து எழுதப்பட்டவை. இது நம்மூர் பாரதக் கதையை போன்றது.

இதனைத் தொடர்ந்து அருமையும், பெருமையும் உடைய 'செம் மாளிகைக் கனவு' என்ற நாவல். இதன் கதையுறுப்பினர் 400. பக்கங்கள் 4000 மூவரசர் வரலாற்றைப் போலவே எல்லத்தர மக்களின் வாழ்வியலை படம்பிடிக்கிறது. 'மேலைப் பகுதிப் பயணங்கள்' என்ற புத்த நெறி சார்புடைய கதை. கல் முட்டையி லிருந்து பிறந்த கற்குரங்கு, அது கடவுளை அவர் நிலையிலிருந்த நீக்கிக் கடவுளாக முயலுதல். இதில் இயற்கைக்கு மாறான நிகழ்வுகள் உருவகப்படுத்தப்படுகிறது.

17ஆம் நூற்றாண்டில் பு-ஸுங்-லிங் அல்லது புதுமைக் கதைகள். சிறுகதைகளின் திரட்டு. இது சீன நாட்டுப் பழங்கதைகளையும் சீன உலக செவ்வியல் இனிய நடையில் தருகிறது. இந்நூல் மேலை நாடுகளில் மொழிபெயர்க்கப்பட்டு பெருமையுடையது.

அண்மைக்காலம் :

18ஆம் நூற்றாண்டில் சங்-கேங் என்பவர், அவர் காலத்து முன்னவரு மான கலைஞர், துறவு பூண்டோர் ஆகியோரின் வரலாறுகளை எழுதித் தொகுத்தார். 19-ஆம் நூற்றாண்டில் பிற்பகுதியில் சங்-கிதுங், கல்வி சமயக் கருத்துகளை எளிய இனிய நடையில் எழுதிப் பரப்பினார்.

சீனக் குடியரசை அமைப்பதில் பெரும்பங்காற்றிய லியாங்-வி-சரவோ அண்மைக்கால சீன இலக்கியத்தில் முதலிடம் பெற்றவர். தற்காலக் கருத்துகளைக்கூட சீன மொழியின் தூய்மை கெடாமல் நயம்பட எழுதுவதில் திறத்திலும் உணர்ச்சி பூர்வமாக எழுதுவதில் ஒப்பற்றவர். இருபதாம் நூற்றாண்டின் அரசியலிலும் இவர் பங்கு

பாராட்டடத்தக்கவர். முதல் உலகப்போரில் நடைபெற்ற பாரீஸ் அமைதி மாநாட்டில் சீனாவின் போராளராய்த் தொண்டாற்றினர். சீனக் குடியரசிலும் அமைச்சராயிருந்தார்.

5000 ஆண்டு கால வளர்ச்சி, எதிர்ப்பார்ப்புகள், தாக்குதலுக் கிடையில் உயர்ப்பாற்றல் கெடாது மீண்டும் மீண்டும் புத்தெழுச்சி பெற்றோங்கும். தமிழ்போல் சீன இலக்கியமும், 5000 ஆண்டு நீண்ட கால வாழ்விலும் சோர்வுறாமல் இன்றும் வளர்ந்து வருகிறது.

■

3. கரம் கொடுத்த சோவியத்

*20*ஆம் நூற்றாண்டின் ஆரம்பக் கட்டம். சீனாவில் மன்னராட்சியும், பிரிட்டிஷ் ஏகாதிபத்திய ஆட்சியும் கோலோட்சிய காலம். அப்போது உலகமே தொழிற்புரட்சியில் ஆரம்ப நிலையில் பயணித்த காலமும் கூட. ஆனால் பல நாடுகள் தாழ்வுற்று, வறுமை மிஞ்சி, விடுதலை தவறிக் கெட்டு சுழன்றாடிய காலம். அதற்கு சீனாவும் விதிவிலக்கல்ல.

இத்தகைய அவல நிலையிலுக்கு மக்களை விடுவிக்க மக்களை விழிப்புணர்வில் கவனம் செலுத்தி அவர்கள் மன்னராட்சிக்கு, ஏகாதிபத்திய ஆட்சிகளுக்கு எதிராக போர்க்கொடி தூக்கி மக்களை ஒன்று திரட்டியவர் 'சீன காந்தி' என்றழைக்கப்பட்ட **சன்-யாட்-சென் சிங்** முடி ஆட்சியை கவிழ்த்து, எல்லாரும் எல்லாமும் பெற, குடியாட்சியை முதன் முதலாக அத்தேசத்தில் உருவாக்கினார்.

அக்காலகட்டம் சோவியத்தில் லெனின் தலைமையில் புரட்சிக்கான திட்டங்கள் தீட்டப்பட்டு புரட்சியின் தடத்தை பதித்த நேரம். சீனாவின் புரட்சியின் திட்டங்களை செயல்களை உற்று நோக்கிய லெனின் அங்கு நிகழும் எழுச்சியைக் குறித்து கட்டுரைகள் வடித்தார். அவர் எழுதிய காலம் 1913.

"சீனாவில் விடுதலை இயக்கம், நிலப்பிரபுத்துவ முறையையும், அரை காலனி ஆதிக்கத்தையும் ஒழித்துக் கட்டினால்தான் பல நூற்றாண்டுகள் பின் தங்கிக் கிடந்த நிலையை ஒழிக்க முடியும். புரட்சிகர மக்களின் போராட்டங்கள் மூலமே இந்தக் குறிக்கோளை அடைய முடியும்" என்று ஸ்ரீமான் லெனின் எழுதினார்.

உலகம் ஐரோப்பா ஏகாபோக வங்கிகளின் பிடியில் சிக்கின. இதனை எதிர்த்தவர் ன்-யாம்-சென், அரசை எதிர்த்த பிற்போக்காளர்களின் தலைவனான யுவான்-ஷி-காய் என்பவனுக்கு பெருந்தொகை கடன் கொடுத்ததை எதிர்த்து கண்டனக் குரல் எழுப்பி மக்களுக்கு ஆதரவாக லெனின் சர்வதேச தொழிலாளி வர்க்கத்தை திரட்டினார்.

அதேபோல் அன்றிருந்த இரண்டாம் அகிலம் (Second International) அனைத்து நாடுகளிலும் உள்ள சோசலிச நாடுகளில் உள்ள பொது வுடைமையாளர்கள், இயக்கம் நடத்த வேண்டுமெனவும் குரல் கொடுத்தது. இவ்வியக்கத்தில் சோவியத் போல்ஸ்விக் முன்னணியில் நின்றது.

இக்கால கட்டத்திலேயே சோவியத்திலும் மகத்தான அக்டோபர் புரட்சி தலையெடுக்கத் தொடங்கியது. நம் பாரதி எப்படி சோவியத் புரட்சியை, 'ஆக வென்றெழுந்தது பார் புகப்புரட்சி' என்றதுபோல் சீனப் புரட்சியாளர்கள் ருஷ்யப் புரட்சியை பழைய சமுதாயத்தின் வீழ்ச்சி இடி போன்று முழங்கியது என்றும், 'ஒரு புதிய நாகரீகத்தின் கலங்கரை விளக்கு' என்றும் அதனை வரவேற்றனர்.

சீனாவின் காந்தி சன்-யாட்-சென், மேலும் சீன-ருஷ்ய புரட்சிகர கட்சிகள் பொதுப் போராட்டத்தில் "இனி ஒன்றிணைந்து போராட்டத்தில் கைகோர்க்கும்" என்றார்.

ருஷ்யப் புரட்சி வெற்றி பெற்ற சில வாரங்களிலேயே ஜார் மன்ன ராட்சி சீனாவில் அனுபவித்த, பெற்ற சலுகைகளையும் சோவியத் அரசு தானாக முன்வந்து கைவிட்டது.

சீனாவில் நிகழ்ந்த பாக்சர் கலகம் (Buxer u prising) காரணமாக சீன ஒரு பெரும் தொகையை நஷ்ட ஈடாக ருஷ்யாவுக்கு கொடுக்க முன் வந்தது. ஆனால் ருஷ்ய புரட்சி முன்னோடிகள் இதனை மறுத்ததுடன்

அதனை சீன மக்களின் கல்விக்கும், கலாச்சார வளர்ச்சிக்கும் பயன் படுத்திக் கொள்ளுமாறு கேட்டுக் கொண்டது. மேலும் ருஷ்யாவுக்கு சொந்தமான இடத்தில் சீனாவின் கிழக்கே இரயில் பாதை அமைக்க ஒரு நிலத் துண்டையும் சீனாவிற்கே கொடுத்தது சோவியத் அரசு.

அக்காலக்கட்டத்தில் மேலை நாடுகளின் முடிவின்படி சீனா வின் ஷான்டாங் மாநிலத்தை ஜப்பானுக்கு வழங்கியது. இதனை எதிர்த்து 1919 மே 4-ல் சீனாவின் தலைநகரான பீகிங் நகரில் மாணவர் ஆர்ப்பாட்டங்களும், ஷாங்காய் நகரில் தொழிலாளர் வேலை நிறுத்தங்களும் தொடர்ந்தன.

சோவியத்தின் போல்ஷ்விக் கட்சியும் இதற்கு ஆதரவு அளித்த தோடு, சீன மக்களுக்கும், தெற்கிலும் வடசீனாவிலும் ஆட்சி புரியும் சீன அரசுகளுக்கு நட்புறச் செய்தி அனுப்பினர். 1920ல் சீன மக்கள் தலைவர் சன்-யாட்-சென் கம்யூனிஸ்ட் அகிலத்துடன் தொடர்பு கொண்டார்.

கம்யூனிஸ்ட் அகிலத்தின் (International Communist) பிரதிநிதிகளை வோய்டின்ஸ்கி, மாரின், டாலின் போன்றவர்களைச் சந்தித்துப் பேசினார். சோவியத் வெளிநாட்டு அமைச்சர் சிசெரின் அவர் களுடன் தொடர்ந்து கடிதப் போக்குவரத்தை மேற்கொண்டார்.

1923-ல் சன்-யாட்-சென் அழைப்பின் பேரில் சோவியத் ஆலோசகர்கள் தெற்கு சீனாவில் முகாமிட்டு வாங்கோ மாநிலத்தில் தங்கி களப் பணியாற்றினார். சில மாதங்களுக்குப் பிறகு சன்-யாட்-சென் தனது சொந்த ஆலோசகராக சோவியத் தோழர் எம்.பொரோடின் (Borodin) என்பரை நியமித்துக் கொண்டார்.

அவர் கோமிங்டாங் கட்சியை புனரமைக்கும் பணியை மேற் கொண்டதன் காரணமான பொரோடின், கோமிஸ்டாங் கட்சியின் அரசியல் குழு (Politic Bureau) உதவியாளராகவும் செயல்பட்டார். அரசியல் பொருளாதார துறைகளில் புரட்சிகர நடவடிக்கைகளில், ராணுவத்தில் பயிற்சி அளிக்கும் துறைகளிலும் சோவியத் ஆலோசகர்கள் ஈடுபட்டனர்.

அப்போது சோவியத் அரசு லெனினால் வென்றெடுக்கப்பட்டு வளர்முக, தேசமாக பரிணமித்த காலம், நெருக்கடிகள் சூழ்ந்த காலம். உள்நாட்டில் உணவுத் தட்டுப்பாடு, உலக முதலாளித்துவ பொருளாதார நெருக்கடி, ராணுவத் தலையீடு, உள்நாட்டு பிற்போக்கு கட்சிகளின் எதிர்புரட்சி கலகங்கள் போல இடையூறு களை சந்தித்துக் கொண்டிருந்த நேரம்.

ஆயினும், சீன குடியரசுக்கு 20 லட்சம் (மெக்சிகன்) டாலர்கள் கொடுத்து உதவியது சோவியத் அரசு. அன்றுள்ள நிலையில் இதனை பெரும் தியாகமாக கருதினர். சோவியத் அரசோ, மக்களோ இதனை 'விடுதலை இயக்க வெற்றிக்கு தனது சர்வ தேசிய காணிக்கையாகக்' கருதினர்.

1923 காலகட்டம் கோமிடாங் தலைவர் சியாங்-செய்-ஷேய்க், சீன கம்யூனிஸ்ட் கட்சித் தலைவர் சாங்-டாய்-லெய் இருவரும் மற்றும் தூதுக் குழுவினர் அரசியல் - பொருளாதாரம் - நிர்வாகம் குறித்த அனுபவம் - கல்வி பெற மாஸ்கோவுக்குச் சென்று 3 மாத காலம் சென்று பயிற்சி பெற்றனர்.

இப்பயிற்சியில் சோவியத்தின் பொருளாதார வளர்ச்சிக்கான முன்னெடுப்புகள், மக்களின் அர்ப்பணிப்பு, அரசுடன் இணைந்து செயலாற்றிய போக்குகள் குறித்து அறிந்து கொண்டனர். மேலும் "சீன மக்கள் சோவியத் ருஷ்யாவின் நல்லெண்ணத்தைக் காட்டும் இந்த உடன்பாட்டுக்கு என்றென்றும் நன்றி கடன்பட்டுள்ளனர்" என்று குறிப்பிட்டனர்.

பின்னர் 1949-ல் மாசேதுங் "சீனாவுடன் சமத்துவமற்ற உடன்பாடு களை ரத்து செய்து விட்டு சமத்துவத்தின் அடிப்படையில் அமைந்த புதிய உடன்படிக்கைகளை கையெழுத்திட்ட முதல் நாடு சோவியத் யூனியனே" என்று கூறினார்.

உலகின் ஏகாதிபத்திய நாடுகள் சோவியத் சீன உடன்படிக்கையை ஓலமிடத் தொடங்கியது. "சீனாவின் மீது போல்ஷ்விக் ஆக்கிரமிப்பு, சீனாவை போல்ஷ்விக் மயமாக்குகிறார்கள், சீனாவின் உள் விவகாரங்களில் சோவியத் தலையீடு" என்று ஆர்ப்பரித்து செய்தி ஏடுகளில் துஷ்பிரயோகம் பரப்பினர்.

இதனையெல்லாம் தூக்கியெறிந்த சன்-யாட்-சென், சீன சோவியத் உறவுகளை வலுப்படுத்தியதோடு, சோவியத் ராணுவ வல்லுநர்கள் சீன ராணுவத்தை முறைப்படுத்தி சீர்மைப்படுத்தியும், ராணுவக் கல்வியை புகட்டியும், அவர்களை கட்டுக்கோப்பான ராணுவ வீரர்களாக தயார்ப்படுத்தினர். உலகின் வல்லரசுகளுக்கு இணையான ராணுவக் களத்தை உருவாக்கி ஒப்படைத்தனர்.

உலக வல்லாண்மை ஏகாதிபத்திய அரசுகளோ சொந்த ஆதிக்க ஆட்சி, சுயநலப் பேர்வழிகள், ஒழுங்கு கட்டுப்பாடு அற்றவர்கள், ராணுவ வீரர்களை கையாள கடுமையான சித்ரவதைக்கு ஆளாக்கு கிறார்கள். ராணுவ தளபதிகள் இடையே போட்டாபோட்டி என பல்வேறு அவதூறுகளை பரப்பினர்.

இதனையெல்லாம் பொருட்படுத்தாது சோவியத் ராணுவ ஆலோசகர்கள் தன்னலம் கருதாது கருமமே கண்ணாகக் கொண்டு சீன புரட்சிகர மக்களுக்கு சக்திகளுக்கு சகல துறைகளிலும் ஊக்க மளித்து உற்சாகமூட்டினர்.

1924களில் சோவியத் செஞ்சேனை சின்-னோடு வீரர்களை சீனா வுக்கு அனுப்பி 'வாம்பாவ்' என்ற ஊரில் ராணுவக் கல்லூரி ஒன்றை சொந்த செலவில் அமைத்து கொடுத்தது.

இதில் கல்வி, பயிற்சி, ராணுவத் தளவாட பயிற்சி, ராணுவப் பயிற்சி போன்றவை இலவசமாய் சொல்லிக் கொடுத்தது.

இதற்கு சீன அரசும், தலைவர்களும் நன்றி பாராட்டினர். மேலும் 1924-27 காலகட்டம் வரை சோவியத் தொழிற்சங்கங்கள், சீன தொழிலாளர்களுக்கும், அவர்களின் குடும்பத்தினருக்கும் பெரும் நிதி திரட்டி அனுப்பி உதவினார்கள். பல சீன கம்யூனிஸ்ட்கள் மாஸ்கோவில் கல்வி கற்று, அரசியல் பயிற்சி பெற்று சீனா திரும்பி வந்ததுடன், "சீனா மீது கை வைக்காதே" என்ற பரந்துபட்ட இயக்கத்தைத் தொடங்கி ஏகாதிபத்திய தலையீட்டை எதிர்த்து சோவியத் கம்யூனிஸ்ட் கட்சியுடன் கைகோர்த்து ஸ்டாலின் தலைமையில் இயங்கியது.

1925 மார்ச் மாதம் சன்-யாட்-சென், "சீனாவின் உற்ற நண்பனும் நேச சக்தியுமான சோவியத் யூனியன், ஒரு சுதந்திர வலுப்பெற்ற சீனாவை, நிச்சயமாக விரும்பி வரவேற்போம். அடிமை மக்களின் விடுதலை இயக்கத்தில் இரு நேச சக்திகளும் கரம் கோர்த்து வெற்றி நடை போடுவோம்" என்று சூளுரைத்தார். இந்நிலையில் சன்-யாட்-சென் காலமானார்.

சன்-யாட்-சென் மறைவுக்குப்பிறகு ஏகாதிபத்திய வல்லரசுகளான பிரிட்டன், ஜப்பான், வடசீனாவின் பிற்போக்கு ராணுவ தளபதி களுக்கு ஆயுத உதவி செய்து கலகத்தில் இறங்கினார். அமெரிக்கா இதுதான் சந்தர்ப்பம் என்று புரட்சியை எதிர்த்து நின்ற வலதுசாரி சோமிங்டொாங் தலைவர்களுக்கு குறிப்பாக சியாங்-கெய்-ஷேக்குக்கு உதவிகள் செய்து சோவியத் யூனியனுடன் வளர்ந்துள்ள உறவுகளை துண்டிக்கச் செய்து, நிபந்தனைகள் விதித்து சூழ்ச்சிக் கலைகளில் இறங்கினர்; வெற்றியும் பெற்றனர்.

■

4. பிளவுவாத சக்திகள்

1927ல் கோமிஸ்டாங் தலைமையிலான கட்சி பிளவுபட்டது. வடபகுதியில் இடதுசாரி தலைமை வுஹான் நகரத்திலும், தென் பகுதியில் நான்செங்கில் சியாங் தலைமையில் வலதுசாரி கோமிங் டாங்கும் தலைமையகங்களை அமைத்தனர்.

சியாங்-கெய்-ஷேய்க், ஷாஸ்காய் நகரை விடுதலை செய்த பின் புரட்சியைக் காட்டிக் கொடுக்கும் துரோகப் பாதையில் சென்றார். ஆயிரக்கணக்கான கம்யூனிஸ்டுகளை ஷாங்காயில் படுகொலை செய்தார். இது உலக வரலாற்றில் 'ஷாங்காய் படுகொலை' என வழங்கியது.

1929ல் சியாங்சின் கோமிங்டான் அரசு சோவியத் யூனியனுடனான உறவை முறித்துக் கொண்டது. சோவியத் எதிர்ப்பில் அவதூறு பிரச்சாரங்கள் முன்னெடுத்து முற்போக்கு சீன அரசியல்வாதிகளையும், கம்யூனிஸ்டுகளையும் தொடர்ந்து வேட்டையாடினார். 'சிகப்பு ஏகாதிபத்தியம்' என்ற சோவியத்தை அழைத்தார். 'சிகப்பு ஏகாதிபத்தியம் வெள்ளை ஏகாதிபத்தியத்தைவிட ஆபத்தானது' என்றார் சியாங். இத்தகைய போக்குக்கு ஏகாதிபத்திய நாடுகள் கரம்

கொடுத்தன. இதுதான் சாக்கென்று ஜப்பான் 1921-ல் சீனா மீது படையெடுத்தது. 'சிகப்பு ஆபத்தை' எதிர்ப்பதாக ஜப்பான் கூறியது. இதற்கு மேலை நாடுகள் ஆதரவு அளித்தன.

மஞ்சூரியாவுக்குள் ஜப்பான் படைகள் நுழைந்ததும் ரஷ்யா கண்டித்தது மட்டுமல்லாமல் சீனாவுக்கு ஆதரவு கரம் நீட்டியது. அதே சமயம் கோமிங்டாங் மேலை நாடுகள் உதவுமென்று எண்ணியது. ஆனால் மேலை நாடுகள் கைவிரித்தன.

மேலை நாடுகள் ஜப்பானை ஆதரித்தாலும் சோவியத்துக்கு எதிராகவே பயன்படுத்திக் கொள்ள விரும்பின.

சோவியத் யூனியன் ஆதரவு தமக்கு எப்போது தேவை என்றுணர்ந்த சியாங், சீன-சோவியத் உறவை திரும்பவும் புதுப்பித்தார். ஜப்பானை எதிர்த்து சீன-சோவியத் ஒப்பந்தமும் ஜப்பானுக்கு எதிராக அமைத்து கொள்ள வேண்டும் என்ற யோசனை முன் வைத்தது.

ஆனால் சியாங் ஜப்பானை எதிர்த்துப் போராடுவதைவிட கம்யூனிஸ்ட்டுகளை எதிர்ப்பதிலேயே, ஒடுக்குவதிலேயே அதிக கவனம் செலுத்தினார். கம்யூனிஸ்டுகளின் பிடியில் இருந்த நிலப் பகுதிகள் மீது தாக்குதல்கள் தொடர்ந்தன.

ஜப்பான் பெரிய அளவில் பிரம்மாண்டமான அளவில் தாக்குதல் தொடங்கிப் பின்னரே 1937-ஆம் ஆண்டில் சீன-சோவிய ஆக்கிரமிப்பு உடன்படிக்கை கையெழுத்தாயிற்று.

1938ல் மார்ச் மாதம் சோவியத் யூனியன் சீனாவுக்கு 5 கோடி டாலர் கடனாக வழங்கியது. எண்ணெய், ஆயுதங்கள், ஆயுதத் தள வாடங்கள், மருத்துவ சாதனங்கள் அனுப்பி வைக்கப்பட்டன. சோவியத் ராணுவ ஆலோசகர்கள் திரும்பவும் சீனாவுக்கு வந்தனர். 1923-27-ல் சீனப் புரட்சிக்கு உதவி செய்த பிரசித்தப் பெற்ற சோவியத் தளபதி அலெக்சாண்டர் செரன்பானோவ் 1938-ல் மீண்டும் சீன-ஜப்பானிய யுத்தக் களத்தில் சீன ராணுவத்திற்கு ஆலோசகராக நியமிக்கப் பெற்றார். சீன மக்கள் அவருக்கு பின் நின்று உதவினர். பலர் யுத்தக் களத்தில் இறங்கி தங்கள் இன்னுயிரைத் தந்தனர்.

இதே காலத்தில் ஜெர்மன் - சோவியத் மீது படையெடுக்க துவங்கிய காலத்தில் சியாங் பொறுத்துப் பார்க்கும் உத்தியைக் கொண்டார். ஜப்பானை எதிர்த்து போராடுவதை விட சீனக் கம்யூனிஸ்ட் ராணுவப் பலத்தை தகர்ப்பதை குறிக்கோளாகக் கொண்டு சோவியத் தலைவர்களையும், அவர்களின் உதவியாளர் களையும் 1942-ல் சீனாவிலிருந்து வெளியேற்றினார்.

சீன விடுதலைக்கு சோவியத் யூனியன் அளித்த தன்னலமற்ற உதவியை சீன மக்களும், பல இனத் தலைவர்களும் பாராட்டினர். உதாரணமாக 1940-ல் மாசேதுங், "சோஷலிச நாட்டின் (சோவியத்) உதவியின்றி, உலகத் தொழிலாளர் (இயக்கம்) உதவியின்றி சீன விடுதலை பெற முடியாது. குறிப்பாக நமது விடுதலைப் போரின் இறுதி வெற்றிக்கு சோவியத்தின் உதவி அவசியமானது. சோவியத் உதவியைப் புறக்கணித்தால் நமது புரட்சி தோற்று விடும்" என்று தெளிவுப்பட எழுதினார்.

வெற்றிக்கு உதவிய சோவியத் :

ஒருபுறம் வலதுசாரிகள் கை ஓங்கி சோவியத் உதவியை நிராகரித்தாலும், இத்தகைய வலதுசாரிகளின் அராஜகப் போக்குக்கு எதிராக தொடர்ந்து சோவியத் தனது ஆதரவு கரத்தை நீட்டி வந்தது.

அடிப்படையில் சீனாவின் நிலப்பரப்பும், இயற்கை வளமும், வரலாற்று நிகழ்வுகளும், சந்தர்ப்பச் சூழல்களும், சுற்று சார்புகளும் சாதகமாக அமைந்தன.

சீனாவின் வடபகுதி சோவியத் எல்லையுடன் இணைந்து நீண்ட நெடிய தாயும் (8000 கி.மீ.) பரந்து விரிந்து பகுதி சீனப்புரட்சிக்கு வெற்றிக்கு சாதகமாய் அமைந்தது. பொருளுதவி, மனிதர்களின் அன்புப் பிணைப்பு, ஆலோசனை, வழிகாட்டுதல்கள் தேவையான அளவுக்கு (ஏன் வேறு எந்த தேசத்திற்கும் கம்யூனிஸ்டுகளுக்கும் கிடைத்திராத அளவு) சோவியத் அரசும், கம்யூனிஸ்ட்டுகளுக்கும் சீன கம்யூனிஸ்ட்டுகளுக்கும் அளித்தனர்.

இதற்கு வசதியாக சீனாவின் நாடு முழுவதிலும் வலுவான ஆட்சி புரியும் நிர்வாக அமைப்புகள் கொண்ட அரசு அக்காலத்தில்

இல்லை. மத்திய அரசின் நிர்வாகப் பிடிப்பு பல மாநிலங்களில் கிடையாது. பல மாநிலங்களில் தன்னாட்சி ராணுவத் தளபதிகளே தான்தோன்றித்தனமான ஆதிக்கம் செலுத்தினர்.

கொள்ளைக் கூட்டத் தலைவர்கள் சில, பல குறு நிலங்களில் தங்கு தடையின்றி செயல்பட்டனர். பிரிட்டிஷ் ஆட்சிக் காலத்தில் இந்தியாவில் இருந்ததுபோன்று, மத்திய ஆட்சியின் கீழ் நிறுவப் பட்ட வலுவான ராணுவம், போலீஸ், மாவட்ட, மாகாண நிர்வாகங்கள் கட்டுப்பாட்டுக்குள் இயங்கும் நிர்வாக அதிகாரிகள் சீனாவில் வரலாற்றிலே இருந்ததில்லை. இப்பின்னணியில் பரந்த நிலப் பரப்பில் நீண்ட எல்லையில் தங்கு தடையின்றி அனைத்து வழி களிலும் கட்சி தோன்றியதிலிருந்து இறுதி வெற்றி வரை பலதரப் பட்ட உதவிகளை சீன கம்யூனிஸ்டுகளுக்கு சோவியத் செஞ்சேனை வழங்கியது.

பலமுறை புரட்சியில் தோல்விகளை சந்தித்தாலும் சிதறடிக்கப் பட்டாலும் புரட்சிகர சக்திகளை - மீண்டும் மீண்டும் ஒன்று திரட்டவும் சேதாரங்களிலிருந்து மீண்டு வரவும் இறுதிவரை பாது காக்கப்படவும் இறுதியில் பெருமளவிற்கு கணிசமான ஆயுதப் பொருள் உதவிகள் பெறலாம். சோவியத் செஞ்சேனை படை சலிக்காமல் முக்கிய பங்காற்றியது.

அரசியல் நீதியில் சீனக் கம்யூனிஸ்ட் கட்சியின் வளர்ச்சிக்கு ஆரம்பக் காலத்திலிருந்தே சோவியத் கம்யூனிஸ்ட் கட்சி நேரிடையாகவே உதவி செய்தது. விடுதலை இயக்கத்திற்கு நேரடியாக பல உதவிகளை செய்தது. கொள்கையின் பொருட்டு சன்-யாட்-சென் தலைமையில் கோமிங்டாங் கட்சி முப்பெரும் கொள்கையை வகுத்தது.

1. சோவியத் யூனியனுடன் நேச அணி
2. கம்யூனிஸ்ட் கட்சியுடன் ஒத்துழைப்பு
3. தொழிலாளி விவசாயிகளின் நலம் பேணுதல்

இக்கோட்பாடுகள்தான் சீனக் கம்யூனிஸ்ட் விடுதலை இயக்கத் திலும், கோமிங்டாங் பெரும் பங்காற்றி செல்வாக்கும் பெற்று சக்தி யாக மிக வேகமாக பரவுவதற்கு அடித்தளம் இட்டது.

சூ-என்-லாய், மா.சே.துங், வின்-போ-செங்சூடே போன்ற பல கம்யூனிஸ்ட்கள் கோமிங்டாங் தலைமைக் குழுவில் இடம் பெற்று, வாம்போவ் ராணுவக் கல்லூரியில் முக்கியம் பணியாற்றி சீன மக்கள் மத்தியில் செல்வாக்குடைய தலைவர்களாக விளங்கினர்.

சீன தேசிய ராணுவத்தில் பல முக்கிய பொறுப்புகளை கம்யூனிஸ்ட்டுகள் வகித்தனர். அக்கால கட்டத்தில் ஆயுதமேந்திய விடுதலைப் போராட்டமே கோமிங்டாங் கட்சியின் முக்கிய செயலாற்றியது. அத்தோடு ராணுவத்தில் முக்கியப் பதவிகளை ஏற்று விவசாய, தொழிலாளி மக்களையும் திரட்டி வலுவுடன் பரவலாக வேரூன்ற நல்ல வாய்ப்புகளை சீன கம்யூனிஸ்ட் கட்சி வளர்த்தெடுத்தது.

இத்தகையச் சூழலில் சீன புரட்சிக்கு வித்திட்ட வளர்த்தெடுத்த சன்-யாட்-சென் *1925*ல் காலமானார். சில ஆண்டுகளில் சியாங்-கெய்-ஷெய்க் கோமிங்டன் இதனைப் பயன்படுத்தி கம்யூனிஸ்ட்களின் ஒற்றுமையை சீர்குலைந்து, கம்யூனிஸ்ட்டுகளை ஒடுக்க நினைத்த போது கம்யூனிஸ்ட் கட்சி தனக்குக் கிட்டிய ராணுவ பலத்தையும் செல்வாக்கையும் பயன்படுத்தி கிராமப்புறங்களில் உள்ள ஏழை, எளிய விவசாய தோழர்களை பயன்படுத்தி கலகம் செய்த கோமிங்டாங் ராணுவத்தை எதிர்த்து கலகம் செய்து கம்யூனிஸ்ட்டு களை அதன் படைகளை வலுவாக்கிக் கொண்டனர்.

மேலும் ராணுவப் படைகளில் கொரில்லாப் போராட்ட முறையில் இறங்கினர். இதற்கு சோவியத்தும் அவர்களுக்கு கை கொடுத்தது.

■

5. நீண்ட பயணம்

தெற்கு சீனாவிலும், மத்திய சீனாவிலும் கம்யூனிஸ்டுகளால் அமைக்கப்பட்ட விடுதலை பிரதேசங்கள் 1934-ல் சியாங் படைகள் திடீரென தாக்கி நிலை குலைய செய்தனர். சியாங்கின் வஞ்சக தாக்குதல்களிலிருந்து தப்பித்துக் கொள்ள. இவ்வாண்டு இறுதியில் மூவாயிரம் கிலோ மீட்டர் தூரம் கொண்ட மக்களைத் திரட்டி பயணத்தைத் தொடங்கியது.

இயற்கைப் பேரிடர்களையும் சகித்துக் கொண்டும் மலை, நதி, நாடுகளை கடந்தும் உணவு, தண்ணீர் இன்றி, பகலில் தூங்கியும் இரவில் நடத்தும் தங்கள் வெற்றிப் பயணத்தைத் தொடர்ந்தனர். இதில் பலர் உயிர் துறந்தனர். மனித வரலாற்றில், உலக வரலாற்றில் இது பொன்னெழுத்துக்களால் பதியப்பட்டது.

இதற்கு சோவியத் யூனியன் பெருமளவு உதவி செய்தது. சோவியத் எல்லையின் அரவணைப்பு இல்லாமல் இத்தகைய நெடிய பயணத்தை சீன கம்யூனிஸ்டுகள் தொடர்ந்திருக்க முடியாது என்பதும் உண்மையே.

ஆயினும் ஆட்சிக் கட்டிலில் அமர்ந்திருந்த சியாங் இரண்டாம் யுத்த களத்தில் தன் சக கம்யூனிஸ்டுகளை அழிப்பதிலேயே கண்ணாய் இருந்தனர். குறிப்பாக யுத்தம் முடியும் தருவாயில் சியாங் தனது படைகளை கம்யூனிஸ்டுகளை தாக்குவதற்கு அமெரிக்காவின் உதவியோடு தயாரானார்.

1945 ஆகஸ்ட் 10ல் ஜப்பான் மீது சோவியத் யூனியன் யுத்த பிரகடனம் செய்து தூரக் கிழக்கில் ஜப்பானிய படைகளை முறியடிக்க ஆரம்பக் கட்டத்திலேயே சியாங் தனது கோமிங்டாங் படைகளை வட கிழக்குப் பகுதிகளுக்கு அனுப்பினான். இதற்குத் துணையாக அமெரிக்க கப்பற்படை, விமானப்படை உதவியுடன் பல நகரங் களையும், போக்குவரத்து சாலைகளையும் கைப்பற்றி கம்யூனிஸ்ட் படைகளை தாக்குவதற்கு உதவினான்.

இந்த இக்கட்டான நெருக்கடி நிலையில் சோவியத் யூனியனின் தலைமை சீனப் புரட்சிப் படைகளுக்கு உதவ முன்வந்தது. ஜப்பானின் க்வாங்க்டங் படையை துவம்சம் செய்து வேகமாக முன்னேறி மஞ்சூரியாவை கைப்பற்றி சியாங் படையை பின்னேறச் செய்தது.

மஞ்சூரியா 13 லட்சம் சதுரகிலோ மீட்டர்கள் பரப்பளவு ரெண்ட பெரிய மாநிலம். அதன் மக்கள்தொகை அப்போதே 4 கோடிக்கு மேல். ஜப்பானிடமிருந்து கைப்பற்றிய அனைத்து ஆயுதங்களையும், தளவாடங்களையும், உணவுப் பொருட்களையும் சீனக் கம்யூனிஸ்ட் படையிடமே ஒப்படைத்தது சோவியத் படைகள். மேலும் அமெரிக்க படைகள் அப்பிரதேசத்தில் உள்ளே நுழை யாமலும் பார்த்துக் கொண்டனர்.

மேலும் மஞ்சூரியாவின் ஜோஹோ மாநிலத்தில் இருந்து சீன கம்யூனிஸ்ட் படைகள் வந்து சேரும் வரை சோவியத் ராணுவம் உடனிருந்து அவர்களிடம் ஒப்படைத்தது.

1945 அக்டோபர் மாத இறுதிக்குள் லின்பியாங், சூ போசுங் ஆகிய சீன கம்யூனிஸ்ட் ராணுவத் தளபதிகள் தலைமையில் அமைந்த படைகள் தளங்களை கட்டி விடுதலைப் பிரதேசத்தைக் கட்டமைத் தனர்.

அதில், நிர்வாகத்தில் ரயில்வேயை சீரமைத்தும், பல தொழிற் சாலைகளை நிறுவி உற்பத்தியை துவக்கியும், விவசாய அறுவடைக்கும் மக்களின் சோவியத்தின் துணையுடன் வளர்த்தெடுத்தனர்.

இரண்டாம் யுத்தத்துக்குப் பின் சீனாவில் நடந்த உள்நாட்டு போரில் சீனக் கம்யூனிஸ்ட் கட்சிக்கு முழு ஆதரவை தந்து, சர்வதேச அளவில் அதன் வளர்ச்சிக்கும், பாதுகாப்புக்கும், சீன மக்களின் கம்யூனிஸ்ட் கட்சியின் தொய்வில்லாமல் அரணாக நின்று தோள் கொடுத்து உதவியது சோவியத் யூனியனும், ஸ்டாலின் தலைமையிலான அரசு என்பது குறிப்பிடத்தக்கது.

இதனை 1942ல் இரண்டாம் யுத்தக் காலத்திலேயே சீன மக்கள் பல்கலைக் கழகம் வெளியிட்ட 'புதிய ஜனநாயக காலகட்டத்தில் சீனாவின் வரலாறு' என்ற நூலில் சோவியத்தின் உதவியை அதன் பங்களிப்பை விரிவாக குறிப்பிட்டுள்ளனர்.

30 ஆண்டுகளாக பசி, பட்டினி, நோய் பரவாமல் தன் தேசத்தின் நலனையும் முன்னிறுத்தித் தன் நாட்டு மக்களின் கடுமையான இன்னல்களையும் பொருட்படுத்தாமல் பொருளுதவி, ராணுவ உதவி, தொண்டர் படை உதவி செய்து சோவியத் கம்யூனிஸ்ட் கட்சியின் உறுதியான தொடர்ந்த சர்வதேசக் கடமை உணர்ச்சி சீன விடுதலைக்கும், சீன புரட்சியின் வெற்றிக்கும் பக்கபலமாய் நின்றது என்பதே நிதர்சனம்.

■

6. மக்கள் சீனம்

1949 அக்டோபர் திங்கள் முதல் நாள் மக்கள் சீனக் குடியரசு வெற்றி முரசு கொட்டி மக்களின் குடியரசாக மாறியது. ஆசியாவில் ஏகாதிபத்தியத்திற்கு அதிர்ச்சி அளித்தது. முதலாளித்துவ உலகில் காலனிகளின் தேச விடுதலை இயக்கத்தை முன்னெடுத்துச் செல்ல உதவியது.

1949 இரண்டாம் நாளே சோவியத் யூனியன் மக்கள் சீனக் குடியரசை முதல் நாடாக வரவேற்றது. டிசம்பரில் மாசேதுங் தலைமையில் சீன அரசின் தூது குழு சோவியத் யூனியனுடன் அரசியல், பொருளாதார, ராணுவ பிரச்சனைகளில் விரிவாக விவாதங்கள் நடத்தி "சீன-சோவியத் நட்புறவு நேச அணி பரஸ்பர உதவி" ஒப்பந்தம் கையெழுத்தானது.

அமெரிக்க ஏகாதிபத்தியம் சீனாவை விட்டு தப்பித்துச் சென்ற சியாங்சிற்கு தைவானில் அடைக்கலம் தந்து அவனது படைகளையும் அங்கே அமைத்துத் தந்து, தனது ராணுவ பலத்தைக் கொண்டு சீனா மீது தாக்குதல் நடத்த முயற்சித்தது. அதனையும் சோவியத் ஒத்துழைப்புடன் 1949-50களில் பின்னடையச் செய்தது.

மேலும், கொரியா யுத்தத்திலும் சீன இராணுவ தொண்டர் படைக்கு தேவையான சகல உதவிகளையும் கொடுத்ததோடு சீன ராணுவத்தை நவீனப்படுத்த அனைத்து உதவிகளையும் சோவியத் செய்தது. ஐக்கிய நாடுகள் சபையில் மக்கள் சீன குடியரசுக்கு உரிய இடத்தைப் பெற அனைத்து முயற்சிகளையும் சோவியத் யூனியன் முன் நின்றது. முதல் பத்தாண்டுகள் சோவியத் யூனியனே சீனக் குடியரசுக்கு தோள் கொடுத்து உதவியது.

1955ல் சோசலிச நாடுகளின் தற்காப்புக்காக 'வார்சா உடன் படிக்கை' அமைப்பு நிறுவப்பட்டதை மக்கள் சீனம் வரவேற்ற துடன் ஐரோப்பாவின் ஏகாதிபத்திய ஆக்கிரமிப்பை எதிர்த்து பிற சோசலிச நாடுகளுடன் தானும் கைகோர்த்துப் போராட தயார்' என்று சீனா அறிவித்தது.

1956ல் சோவியத் வெளியிட்ட ஆயுத பரிவர்த்தனை யோசனை களை வரவேற்றது. 1957 ஜனவரியில் சீனப் பிரதமர் சூ-என்-லாய் சோவியத் யூனியனுக்கு சென்று எகிப்து மீது பிரிட்டிஷ் - பிரான்சு - இஸ்ரேலிய விமானப் படைகள் மிருகத்தனமாக நடத்திய தாக்கு தலைக் கண்டித்து சோவியத் யூனியன் அதிபர் குருசேஷ் விடுத்த எச்சரிக்கைக்கு முழு ஆதரவு கொடுத்தார்.

மேலும் சோவியத்தின் உதவியைப் பாராட்டி, "சீனப் புரட்சிக்கும் சீன மக்களுக்கும் புதுவாழ்வு அளிக்கும் புணர் நிர்மான கடமை களுக்கும் மிகப்பெரிய ஆதரவு அளித்ததற்கு சோவியத் அரசுக்கும் கம்யூனிஸ்ட் கட்சிக்கும் நட்பு கலந்த நன்றியை தெரிவித்துக் கொள்கிறேன்" என்று சூ-என்-லாய் தெரிவித்தார்.

இரண்டாம் உலக யுத்தத்தின் அழிவுகளும் சேதாரங்களும் சீனாவை நிலைகுலையச் செய்தாலும் சீனாவின் முதல் ஐந்தாண்டு திட்டத்தில் சீனாவில் அமைக்கப்பட்ட ஒவ்வொரு பெரும் தொழிற்சாலையும், சோவியத் யூனியனால் கட்டிக் கொடுக்கப்பட்டது.

250க்கும் மேற்பட்ட தொழிற்சாலைகள், நிறுவனங்கள், பட்டறைகள், நவீன சாதனங்களுடன் வசதிகளும் சோவியத் அமைத்துக் கொடுத்தது.

நம் நாட்டு பிலாய் போன்று அன்ஷன், வுஹான் நகரங்களில் எஃகு உற்பத்தி ஆலைகள், லுயாங்கில் சுரங்கம் தோண்டும் எந்திரங்கள் உற்பத்தி செய்யும் மூன்று தொழிற்சாலைகள் என அனைத்து தொழில் வளர்ச்சிக்கான தளவாடங்கள், தொழிற்சாலை களை நிறுவி சீனாவின் பொருளாதார வளர்ச்சிக்கு சோவியத் யூனியன் பங்களித்தது.

1959-ஆம் ஆண்டுகளில் 50 கோடி டாலர் பெறுமான கனரக எந்திரங்களும் 10 கோடி டாலர் பெட்ரோலும் கொடுத்து உதவியது. 3 லட்சம் டன் பைப்லைன், பத்தாயிரம் கணக்கில் ட்ரக்குகள், டிராக்டர்கள் என உதவியதோடு, சீன தொழில் மயமாவதற்கு அடித்தளங்களை அமைத்தும் தொழிற் நிபுணர்களுக்குப் பயிற்சி அளித்தும், பல நுகர் பொருட்களை உற்பத்தி செய்ய உதவியும் - அளவிலும், தரத்திலும் வரலாறு கண்டிராத சோவியத் உதவி என்று சீன அரசு பத்திரிகை பாராட்டியது.

1956ல் நடந்த சீனக் கம்யூனிஸ்ட் கட்சியின் எட்டாவது காங்கிரஸில், “சோவியத் யூனியன் தோழமை ததும்பிய உதவிகளை சீன மக்கள் என்றும் மறக்க மாட்டார்கள்” என்று தீர்மானம் நிறைவேற்றப் பட்டது.

அறிவியல், தொழில்நுட்பத் துறைகளில் உதவியதோடு அம் மக்களுக்கு அதில் தேர்ந்த பயிற்சியும் தனது தேசத்தில் தந்துதவி 900க்கும் மேற்பட்ட விஞ்ஞானிகள், 1500க்கும் மேற்பட்ட என்ஜினியர்கள், சீனக் கல்லூரிகளிலும், பல்கலைக்கழகங்களில் பணிபுரிய 19,000 ஆசிரியர்களை சோவியத் நிபுணர்கள் சீனாவிலும் பயிற்சி அளித்து சீனாவை இன்றைய உலகில் தலைநிமிரச் செய்ய, உழைக்க வழிகாட்டியது எனலாம்.

அதுமட்டுமல்ல இவர்களின் வாழ்வாதாரத்துக்கு துணை நின்றதோடு 24,000 தொழில்நுட்ப, விஞ்ஞான ஆய்வுக் கோப்புகள் (Scientific and Technological Documentation), 7000 பொருளடங்கள் என சோவியத் யூனியன் தந்துதவியதும் இங்கு நோக்கத்தக்கது.

1958களில் சீன உற்பத்தி செய்த கருவிகள், சாதனங்கள், 806 வகையான பண்டங்கள், கருவிகள், போரிங்மெஷின்கள், காற்று அழுத்தக் கருவிகள், பாலம் அமைக்கும் கிரேன்கள், டர்பைன்கள், ஜெனரேட்டர்கள், பலவகையான விமானங்கள், ட்ரக்குகள், டிராக்டர்கள் என நீண்டது.

முதல் பத்தாண்டும் (1953-1957) சோவியத் யூனியன் சீனாவின் பொருளாதார - அறிவியல் - தொழில்நுட்ப - விவசாய உற்பத்திக்கு தனது தேவைகளைக்கூட புறந்தள்ளி கம்யூனிஸ்ட் சித்தாந்தத்தின் மக்களின் சோசலிச புனர் வாழ்வுக்கு கை கொடுத்து பெரிதும் உதவியது.

1956-ல் நடைபெற்ற சீனக் கம்யூனிஸ்ட் கட்சியின் 8வது காங்கிரஸில் மத்திய கமிட்டி அறிக்கை இவ்வாறு கூறுகிறது.

"சோவியத் யூனியன் நமது நாட்டின் சோசலிச நிர்மான பணிக்கு மகத்தான உதவி செய்துள்ளது. சீன மக்கள் இந்தத் தோழமையான உதவிகளை என்றென்றும் மறக்க மாட்டார்கள்.

மகத்தான சோவியத்துடன் இதர சோசலிச நாடுகளுடனும் சீனாவின் ஒற்றுமையும் நட்பும், பரஸ்பர உதவியும் பொதுநலனில் அடிப்படையாகக் கொண்டவை. இந்த நட்புறவையும், ஒற்றுமை யையும் வளர்த்து வலுப்படுத்துவதே நமது கடமை, நமது வெளி நாட்டுக் கொள்கையின் அடித்தளம்" என்றது.

■

7. கற்பனவாதகோஷம்

முதலாவது ஐந்தாண்டு திட்டம் சீனாவின் வளர்ச்சியில் பெரிய வெற்றிதனை பெற்றது. எஃகு உற்பத்தி, வார்ப்பு இரும்பு, பெட்ரோல் எண்ணெய், இராசாயன உரம், மின்சக்தி என அனைத்துத் துறைகளிலும் பன்மடங்கு உயர்ந்தது.

தொழில்-விவசாய உற்பத்தி, கூட்டு பண்ணை விவசாயம், புதிய தொழிற்சாலைகள், கனரக இயந்திர உற்பத்தி ஆலைகள், விமான உற்பத்தி, ரேடியோ என்ஜினியரிங் போன்ற தொழிற்சாலைகள் பெருகின.

82வது கட்சி காங்கிரஸின் முதல் திட்ட வெற்றிகளின் அடிப்படையில் உருவாக்கப்பட்ட 2வது ஐந்தாண்டு திட்டம் ஏற்றுக் கொள்ளப் பட்டு செயல்பட முனைந்தது.

அன்றைய சீன அதிபராக திகழ்ந்த மாசேதுங் 'விரைந்த முன்னேற்று' என்ற பெயரில் துரித முன்னேற்றம் என்ற பெயரில் "மூன்று ஆண்டு களுக்கு கடுமையான அயராத உழைப்பு பத்தாயிரம் ஆண்டுகளுக்கு பேரின்பம்" என்ற கற்பனைவாத செயலாக்கத்தை முன்வைத்தார்.

"சோசலிச கட்டத்தை தாவி தாண்டி நேரடியாக கம்யூனிச கட்டத்திற்கு செல்வது" என்ற பிரச்சாரம் முடக்கி விடப்பட்டது. மக்களின் உத்வேகம் (குறிப்பாக விவசாய எழுச்சி) பிரச்சாரத்தின் மூலம் பிரம்மாண்டமான பொருளாதார வளர்ச்சியை நோக்கி என்று மக்களை முடுக்கி விட்டார் மாசேதுங். மேலும் சோவியத் யூனியன் சாதிக்க முடியாததை சீனா இன்றே சாதித்துக் காட்ட வேண்டுமென்றார்.

ஒரு சில ஆண்டுகளுக்குள் கம்யூனிசத்தின் உச்சத்தை தொட்டுவிட வேண்டும் என்ற நோக்கில் மக்கள் கம்யூன்கள் அதாவது கூட்டு இருக்கை, கூட்டு உணவு, விடுதி, குடும்பங்கள் வாழ்வது என்ற நிலையில் நாடெங்கும் அமைக்கப்பட்டன.

குடும்ப உபயோகத்திற்கான தனி உடைமை பொருள்களைகூட அதாவது வீட்டுமனைகள், ஆடு, மாடுகள், சொந்த வீடுகள், வீட்டைச் சுற்றி தோட்டத் துறவுகள் கம்யூனிகளிடம் ஒப்படைக்கப் பட்டன. "தனியுடைமயின் கடைசி மிச்ச சொச்சங்கள்" மக்கள் உதறித் தள்ளுவோம் என்ற எங்கு பார்த்தாலும் உரத்த குரலில் கேட்டன.

"ஐந்து ஆண்டுகளில் தொழில் உற்பத்தியில் பிரிட்டனை விஞ்சிவிட வேண்டும்."

"அமெரிக்க பாணியை பின்பற்றி அமெரிக்காவையே மிஞ்சி விட வேண்டும்."

மொத்தத்தில் "கடுமையாக உழைத்து வசதிகளை தவிர்த்து உடல் நலிவுற்று மரணமடைந்தாலும் பரவாயில்லை. வரும் பொற்காலத் திற்காக இரவு பகலாக உணவு கிடைத்தாலும் கிடைக்காவிட்டா லும் ஓய்வில்லாமல் உழைப்போம், மூன்று எட்டுகளில் நடக்கும் தூரத்தை விட இரண்டு எட்டுகளில் கடப்போம்" என்பது போன்ற முழக்கங்கள் ஒலித்தன.

"ஊதிய உயர்வு வேண்டாம், அதிக ரேஷன் வேண்டாம், வசதிகள் வாய்ப்புகள் வேண்டாம். உழைப்போம் உழைப்போம் கம்யூ னிசத்தை விரைவில் அடைவோம்" என்ற செயல்பாட்டுடன் கம்யூன்கள் இயங்கின, செயல்பட்டன.

ஐம்பதாண்டுகளில் சாதிக்கக் கூடியதை ஐந்து ஆண்டுகளில் நிறைவேற்றுவோம், தாவிப் பாய்ச்சல் வழியை மாவோவின் செயல் திட்டமாக அறிவிக்கப்பட்டு மக்கள் நெருக்கடிக்கே தள்ளப் பட்டனர்.

இத்தகைய கற்பனாவாத மாவோவின் செயல் திட்டத்தை மக்கள் நம்பினர். இதில் ஆச்சரியம் என்னவென்றால் சீனாவுக்கு வெளியில்கூட கம்யூனிஸ்ட்களில் ஒரு பகுதியும், மேலை நாடுகளில் பல முற்போக்குவாதிகளும், பக்குவமடையாத சில இடதுசாரி இளைஞர்களும் மாவோயிச பிரச்சாரத்தை நம்பத் துவங்கினர்.

ஆயினும் சோவியத் யூனியன், பிற சோசலிச பாதையில் வளர்ந்த நாடுகள் இது குறித்து எச்சரித்தன. 'நாசகார பாதை' என்றும் எச்சரித்தனர். மாவோ இதனை கண்டு கொள்ளாமல் "மாவோவின் சீன மார்க்சிய கண்டுபிடிப்புகளை இவர்கள் புரிந்து கொள்ள வில்லை" என்றார்.

ஐந்தாண்டுகளுக்குள் 1963 தொழிற் உற்பத்தி 5.5 மடங்கு, விவசாய உற்பத்தி 1.5 மடங்கு, எஃகு உற்பத்தி 10 கோடி டன் வரை உற்பத்தி பெருகும். ஒவ்வொரு வீட்டின் பின்புறம் எஃகு உற்பத்தி என்ற பெயரில் லட்சக்கணக்கான ஊதுளைகள் துவக்கப்பட்டன. கொல்லர் பட்டறைகள் உருவாக்கப்பட்டன.

ஆனால் சீன வீட்டுப் பட்டறைகள் உற்பத்தி செய்வது எஃகு அல்ல வார்ப்பிரும்பு போன்ற சுத்தமற்ற கலப்படம் நிறைந்த கச்சா இரும்பு உற்பத்தி செய்யப்பட்டன. இதனால் 3, 4 ஆண்டுகளுக்குள் எஃகு உற்பத்தி படு வீழ்ச்சியை சந்தித்தது.

இதனால் விவசாய உற்பத்தி, அதன் தொழில் உற்பத்தி குறைந்து விட்டன. தொழிலாளர்கள், விவசாயிகள் வயிற்றை கட்டி வாயைக் கட்டி உழைத்த உழைப்பு வீணாகின.

இத்தகைய மாவேயிச முயற்சி விழலுக்கு இறைத்த நீர் போல் எங்கும் பஞ்சமும் வறுமையும் நடமாடின. விளைந்த தானியக் கதிர்களை குருவிகள் தின்று விடுவதால் தான்ய நஷ்டம் ஏற்படுகிறது என்றதோடு, குருவிகள் மீது யுத்தம் தொடுக்க வேண்டும் என்றும்,

இந்தப் புனிதப் போரில் கையாள வேண்டிய நெறிமுறைகளையும் கண்டுபிடித்தார். மகத்தான ஆசான் மாவோ என்பது இங்கு குறிப்பிடத்தக்கது.

மக்களும் குருவிகளுக்கு எதிரான போராட்ட முறையை கையாண்டு கோடிக்கணக்கான குருவிகள் மாண்டு மடிந்தன. ஆயினும் அறுவடை மகசூல் அதிகரிக்கவில்லை. செடிகளை அழிக்கும் வெட்டுக்கிளி பூச்சிகள் படையெடுத்துப் பயிர்களை அழித்தன.

கம்யூனிசத்தின் வெற்றிக்காக சோராத உழைப்போம் என்ற மாவோவின் எட்டடியிலிருந்து 16 அடி தாவிச் செல்லும் முயற்சி தங்கப்பாலம் திட்டத்தை மக்கள் செவி மேற்கொண்டு செயலாற்றினார். ஆனால் தொழில்நுட்பத் திறனோ, பயிற்சியோ இன்மையால் உழைத்தும் உற்பத்தி சீர்குலைந்தது.

'தங்கபாலம்' என்ற கோஷம் கிறித்துவ போதனை போல் மோட்ச கதவுகளை உங்களுக்காக திறந்து விட்டுள்ளோம் என்ற போதனைக்கே போதை பொருளாக மாறியது. இது சோவியத் யூனியனின் கம்யூனிச கட்டத்தை அடைய வெகு தூரம் பயணிக்க வேண்டும் என்ற நிலையிலிருந்து மாறி போதை விஞ்ஞான பாதைக்கு மாறியது.

"திறமைக்கேற்ற உழைப்பு, தேவைக்கேற்ற ஊதியம்" என்ற கோட்பாடு நடைமுறைக்கு வர எல்லோருடைய அனைத்துத் தேவைகளையும் அடைவதே என்ற பொருள் மாவோவின் செயலால் பின்தங்கியது.

மாவோவின் தங்கப்பாலம், தங்கம் அல்ல, பாலமும் அல்ல என்று நான்கு ஐந்து நாடுகளில் தெளிவாயின. இது சீன மக்களுக்கும் சீன சோசலிசத்திற்கும் மிகப்பெரிய இழப்புகளை ஏற்படுத்தியது.

ஆனால் மாவோ இந்தத் திட்டங்களை மறுபரிசீலனை செய்யாமல் பதில் எதிர்ப்பவர்களை ஒழிக்கும் பாதையைத் தேர்ந்தெடுத்தார்.

∎

8. மாவோவின் அரசியல்

சீனப் புரட்சிக்கும், வீழ்ச்சிக்கும், எழுச்சிக்கும் வித்திட்ட மாவோவைப் பற்றி நாம் அறிதல் வேண்டும்.

மாசேதுங் ஒரு பணக்கார விவசாயக் குடும்பத்தில் 1893ல் ஹுனால் மாகாணத்தில் பிறந்தார். இவரது தந்தை கல்வியறிவு பெறாதவர். தாயார் புத்த மதத்தில் ஈடுபாடு கொண்டவர். தனது மகனை புத்தமதப் பிடிப்பில் உறுதியாக வளர்த்தனர். எட்டாம் வயதில் பள்ளிக்குச் சென்று 13 வயது பள்ளிப் படிப்புக்கு முற்றுப்புள்ளி வைத்தார்.

கான்ஃபுசியஸ் தத்துவங்கள் மனப்பாடம் செய்வதுதான் அன்றைய சீனக் கல்வி முறை. அவரது 14 வயதில் 5 வயது மூத்த பெண்ணை திருமணம் செய்துவித்தனர். 17 வயதில் மீண்டும் டுங்ஷான் என்ற ஊரில் பள்ளியில் சேர்க்கப்பட்டார். சீன இலக்கியங்களும் கான்பூசியஸ் எழுதிய தத்துவங்களும் போதிக்கப்பட்டன.

பள்ளிப்படிப்பு மட்டுமல்லாது சீன நாவல்கள், நெப்போலியன், பீட்டர் த கிரேட், வெலிங்டன், வாஷிங்டன் போன்றவர்களின் வாழ்க்கை வரலாறுகளின் படித்ததின் விளைவாய் இதுபோன்ற

தலைவர் சீனாவில் தலையெடுக்க வேண்டும் என்று விரும்பினார். ஓராண்டில் படிப்பை நிறுத்தி விட்டார்.

இந்தக் காலகட்டத்தில்தான் சீனாவில் புரட்சிகர இயக்கங்கள் வெடித்தன. மன்னர் ஆட்சிக்கு எதிராக கோஷங்கள் முழங்கின. இதனுள் நுழைந்து ராணுவத்தில் சேர்ந்து ஆறு மாதத்தில் அதிலிருந்தும் விலகினார்.

1912-ல் மன்னராட்சி தூக்கியெறியப்பட்டது. அரையும் குறையுமான ஒருவித குடியரசு அமைந்தது. 1912-ல் பீகிங்கில் தேசியக் கட்சி (கோமிங்டாங்) அமைக்கப்பட்ட சன்-யாட்-சென்னின் தேசீயம், மக்கள் ஆட்சி, தேசிய நலன் மூன்றை முன்னிறுத்தி ஆட்சி நடை முறைக்கு வந்தது. இக்காலக்கட்டத்தில் மாவோ அரசியல் கட்சிகள் வாசிக்கத் துவங்கினார். அதில் அவர் வாசித்த சென்டீன்ஹுவா எழுதிய "ஐயையோ சீனா அடிமைப்படுமே" என்று துவங்கும் கட்டுரை அவர் நெஞ்சை தைத்தது.

மீண்டும் ஓராசிரியர் பள்ளியில் சேர்ந்து படித்து 1918ல் ஆசிரியராக பணியாற்றினார். நெப்போலியனை விரும்பி வாசித்தார். சீன ராணுவ தளபதிகள், மன்னர்கள் பற்றிய கதைகள், இலக்கிய காவியங்கள் என வாசிப்பைக் கொண்டார். இரண்டு மூன்று ஆண்டுகளில் சீன மொழியில் மொழியாக்கம் பெற்ற கம்யூனிஸ்ட் புத்தகங்கள் மேல் கவனம் சென்றது. ஆயினும் சீன வரலாற்றில் ஹான் (Han) தேசிய இன மன்னர்கள் வரலாறு, அராஜக இயக்கங்கள் குறித்த நூல்கள் வாசிப்பில் திளைத்தார்.

1918-ன் இறுதியில் பீகிங் பல்கலைக்கழகத்தில் நூலராக வேளையில் அமர்ந்தார். நூலகத்தின் பொறுப்பாளர் லிடாசாவ் தேர்ந்த வாசகர், மாக்சிய நூல்களில் தோய்ந்தவர். 1919ல் லிடா-சாவ் ஒரு மார்க்சிஸ்ட் படிப்புக் குழுவினை அமைத்தார். இதில் சேர வாய்ப் பிருந்தும் மாவோ சேரவில்லை.

இது குறித்து பின்னாளில் ஒரு அமெரிக்க எழுத்தாளரிடம் அளித்த பேட்டியில், "எனது கருத்தோட்டங்கள், ஜனநாயக சீர்திருத்தவாதம், லிபரலிசம், கற்பனாவாத சோசலிசம் என கலப்படமாக இருந்தன" என்கிறார்.

தனது 20 வயதில் இரண்டாம் திருமணம் செய்து கொண்டார். தன் சொந்த இடத்திற்கு திரும்பி ஒரு தொடக்கப் பள்ளியின் ஆசிரியராக பணியாற்றினார். 30 வயதில் கம்யூனிஸ்டாக மாறினார்.

இவரது வாழ்வியல் படி நிலை முதலில் புத்த மதம் பின் காய்-யு-மை கொள்கை, மன்னராட்சி ஆதரவாளர், கருத்து முதல் வாதி, லிபரல், சீர்திருத்தவாதி, ஜனநாயகவாதி, கற்பனா சோசலிசவாதி, அராஜக வாதி என்ற படிநிலைகளில் பயணித்து ஒன்றன்பின் ஒன்றாக நம்பி தனது 30 வயதில் மார்க்சீயத்திற்கு வந்ததாக தான் வளர்ந்த நிலையை பதிவு செய்கிறார்.

1957ல் "மக்கள் மத்தியிலுள்ள முரண்பாடுகள் தீர்க்கும் சரியான வழிமுறை" (On correct hadling of contradiction amongst people) *என்ற நூலில்: "என்னிடம் மார்க்சீயத்திற்கு புறம்பான பல கருத் தோட்டங்கள் இருந்தன. புத்தகங்கள் வாயிலாக மார்க்சியம் குறைவாகவே கற்றேன். அவர்கள் எத்தனைப் புத்தகங்கள் எழுதி னார்கள் என்று தெரியாது. கான்பூசியஸ் அவரது சீடர்கள் எழுதிய புத்தகங்களை அதிகம் கற்றேன். மார்க்ஸ், ஏங்கெல்ஸ் பற்றி அறவே தெரியாது. வாஷிங்டன், நெப்போலியன் பற்றிதான் தெரியும்" என்று குறிப்பிடுகிறார்.*

பிற மொழி அறிவும் கிடையாது. மார்க்சிய இலக்கிய ஈடுபாடும் கிடையாது. சூ-என்-லாய் போன்றவர்கள் பாரிசில் படித்தவர்கள் மாவோவிற்கு இந்தப் பின்னணி கிடையாது.

1921ல் ஹாங்காங், பீகிங், சாங்கா, வுஹான் கான்டன், ட்ஸினன் ஆகிய இடங்களில் தோன்றியிருந்த கம்யூனிஸ்ட் குழுக்கள் துவக்கக் கூட்டம் ஜூலை மாதம் ஹாங்காங்கில் நடைபெற்றது. இதில் மாவோ கலந்து கொண்டார். இதன் இரண்டாவது மாநாட்டில் கலந்து கொள்ளவில்லை.

1923ல் நடந்த மூன்றாவது காங்கிரஸில் கோமிங்டாங் தான் தேசியப் புரட்சி தலைமைக் எதிராக மாவோ தீவிரமாக எதிர்வாதம் புரிந்தார். ஆயினும் அவரோடு சேர்ந்து இயங்கினார். நான்கு ஆண்டுகளில் நிலையற்ற அரசியல் சித்தாந்தங்கள் அரசியல் கொண்டிருந்தாலும் கோமிங்டாங் தலைமையில் செயல்பட்டார். ஆனால் முழுமையாக

அதில் ஆர்வம் காட்டவில்லை. இதனால் 1927-ல் மத்திய கமிட்டியி லிருந்து நீக்கப்பட்டார்.

1930 வரை பட்டும் படாமலும் காங்கிரஸில் இயங்கியும் அவரிடம், "ராணுவ மானோபாவம் மேலோங்கி இருக்கிறது" என விமர்சிக்கப்பட்டது. மேலும், "மாவோ கட்சியின் சர்வாதிகாரியாக வேண்டும் என்ற கனவை செயல்படுத்த முயற்சித்தார்" என்ற விமர்சனமும் எழுந்தது.

1930 டிசம்பர் 15-ஆம் தேதி வெளியிட்ட தீர்மானத்தில் "நெப்போலியன் போன்று தந்திரம், சூழ்ச்சி, சண்டை மூட்டுவது, கோஷ்டி அமைத்துக் கொள்வது என மாவோ செயல்படுகிறார்" என்று குற்றம் சாட்டப்பட்டது.

விவசாய சங்கத்தில் பணியாற்றி 1927-ல் விவசாயச் சங்கத் தலைவ ராலும், விவசாயிகளில் புரட்சிகர பாத்திரத்தை மிகைப்படுத்தினர். தொழிலாளி 'மார்க்க புரட்சிகர பாத்திரத்தை குறைவாக மதிப்பீடு செய்தனர். மார்க்சிய சிந்தாந்தத்தின் அடித்தளமே தொழிலாளி வர்க்கம்தான்' என்பதை புறக்கணித்தார்.

- "கிராமப்புறமே புரட்சியின் வலுவான தளம்"
- "கிராமங்களில் பணியாற்றுவதே பிரதான பாத்திரத்தை வகிக்க வேண்டும்"
- "கிராமப்புற பணிகளுக்கு நகர்ப்புறப் பணிகள் இடமளித்து விட்டுக் கொடுக்க வேண்டும்"
- "மார்க்ஸ் எழுதியவைகளை நிறைய நீங்கள் படிக்கலாம். ஆனால் விவசாயி என்ற பதத்தை மறந்து விட்டால் படிப்பு பயனற்று விடும்."
- வன்முறைகளையும், அடக்குமுறைகளையும் கட்சிக்குள் பயன் படுத்துவதில் மாவோ தயங்கியது கிடையாது.
- "ஒவ்வொரு கிராமத்திலும் ஒரு குறுகிய காலத்திற்கு வன்முறை கையாளப்படுவது அவசியம்."
- "நிமிர்ந்து நிற்பதற்கு பின்பக்கம் சற்று வளைந்து கொடுக்க வேண்டும்"

- இவையெல்லாம் மாவோவின் வாசகமாக அக்காலத்தில் பேசப் பட்டது.

சியாசிங் மாகாண கமிட்டி மாவோ பல கொலைகளை செய்தார் என்று குற்றம் சாட்டியது. "தோழர்களை கைது செய்வது, துன்புறுத்துவது, சித்ரவதை செய்வது, தோழர்களின் மனைவிகளை துன்புறுத்துவது" போன்ற குற்றச்சாட்டுகள் அவர் மீது சுமத்தப் பட்டன. இதனை பின்னாளில் 1956களில் மாவோவே ஒப்புக் கொண்டார்.

1931ல் மாகாண கமிட்டியில் அனுமதி பெறாமலே சேர்மனாக தன்னை அறிவித்துக் கொண்டார். இதனை கமிட்டி எதிர்த்ததோடு இதற்கு சமரசம் செய்ய சூ-என்-லாயை அனுப்பியதோட அதற்கு இணங்காததோடு அவரை அனைத்துப் பொறுப்புகளிலிருந்து கமிட்டி நீக்கியது. ஆயினும் தனது செயலினை நிறுத்தவில்லை.

1927ல் சியாங்-கெய்-ஷேக் ஷாங்ஹாயை கைப்பற்றினார். கம்யூனிஸ்டுகளை கோமிங்டாங்கிலிருந்து வெளியேற்றினார். ராணுவம் மூலம் கம்யூனிஸ்டுகளை தாக்கியும், கொலையும் செய்தார். 1931 கட்சியின் பொதுச் செயலாளர் ஹ்ஸியாங்சுங்ஃபா கைது செய்யப்பட்டு தூக்கிலிடப்பட்டார்.

தோல்வி மேல் தோல்வி சீனக் கம்யூனிஸ்ட் கட்சி சந்தித்தது. கம்யூனிஸ்ட் தலைவர்கள் பெரும் பகுதியினர் கொல்லப்பட்டனர். 6 மாதங்களில் கட்சி உறுப்பினர் எண்ணிக்கை ஐம்பதாயிரத்தி லிருந்து பத்தாயிரமாக வீழ்ந்தது. 1934-ல் நீண்ட நெடிய பயணத்தில் கட்சியின் பலம் 8 லட்சத்திலிருந்து 40,000மாக குறைந்தது. நெடும் பயணம் பல மாகாணங்களை கடந்து வடஷென்ஸி பகுதிக்கு கம்யூனிஸ்ட் படைகள் வந்து சேர்ந்தனர். பலர் மாண்டனர். இந்த நெடிய பயணத்திற்கு பிரசித்தப் பெற்ற ராணுவத் தளபதி சூ-டெ-தலைமை தாங்கினார். சூ-என்-லங் அரசியல் கமிஷ்னராகவும், ராணுவ கவுன்சிலின் சேர்மேனாகவும் இருந்தார்.

இந்த நெடிய பயண காலக்கட்டத்தில்தான் 1935 ஜனவரியில் ட்சுன்யி என்ற சிறிய நகரத்தில் விரிவுபடுத்தப்பட்ட "பொலிட்பீரோ மாநாடு" மாவோவின் முயற்சியால் நடத்தப்பட்டது.

இக்கூட்டத்தில் கலந்து கொண்டவர்கள் பெரும்பாலோர் மாவோவின் கோஷ்டியை சேர்ந்தவர்கள். இதில் கலந்து கொண்ட வர்கள் அரசியல் அனுபவம் அல்லர் என்றாலும் மாவோவின் கை ஓங்கியது. அவரது கோஷ்டியைச் சேர்ந்த லோஃபு பொதுச் செயலாளராக ஆக்கப்பட்டார். மாவோ கட்சியின் தலைவரானார். கட்சியை முழுமையாக கைப்பற்ற இந்தக் கூட்டமே திருப்பு முனையாக அமைந்தது.

ஆயினும் மீண்டும் கோஷ்டி மோதல்கள் தொடர்ந்தன. மாவோவின் ஆதரவாளர்கள் எதிரானவர்களை ஓரங்கட்டியது. பொலீட்பிரோ இரண்டானது.

*1936*ல் சாங்-குவோ-டாவ் தலைமையிலிருந்த ராணுவப் பகுதி மிகவும் கடுமையான இயற்கைச் சூழல் அழிவு, கான்சு-ஷென்ஷிக்கு சென்று பல அழிவுகளை ஏற்படுத்தியது. மாவோவின் கை ஓங்கியது. தலைமைப் பதவியை இந்தப் பின்னணியில் தான் கைப்பற்றினார்.

1945-ல் நடந்த ஏழாவது கட்சி காங்கிரஸ்தான் பல தலைவர்களை ஒழித்தப் பிறகு மா-சே-துங் முறைப்படி கட்சி சேர்மனாக தேர்ந் தெடுக்கப்பட்டார்.

■

9. கலாச்சார புரட்சி

1959 ஆகஸ்டில் மத்திய கமிட்டியின் எட்டாவது பிளினரிக் கூட்டத்தில் மாசேங்கின் தாவிப் பாய்ச்சல் முன்னேற்றம் (Leep forward) கடுமையான விமர்சனத்துக்குள்ளாகியது. பொலிட்பிரோ உறுப்பினரான வெங்டெஹூவை மாற்று உறுப்பினர் வெளிநாட்டு துணை அமைச்சர் ஜாங் பென்டியன் ஆகியோரும் மாவோவின் தவறுகளை சுட்டிக்காட்டினர். தாவிப்பாய்ச்சல் பொருளாதாரம் கைவிடப்பட்டது. பொருளாதாரத்தை சகஜ நிலைக்கு கொண்டு வர பெரும் முயற்சிகள் மேற்கொள்ளப்பட்டன.

மாவோ ஜனாதிபதி பதவியிலிருந்து இறக்கப்பட்டார். லியு ஷௌகி ஜனாதிபதியாக பதவி ஏற்றார். ஆனால் கட்சியின் சேர்மன் பதவியில் நீடித்தார். “நான் பின் சீட்டில் அமருகிறேன்” என்றார் மாவோ.

மத்தியக் கமிட்டியில் மாவோவின் செல்வாக்கு குறைந்துவிட்ட போதிலும், மக்கள் மத்தியில் குறையாத அளவுக்கு மேல்மட்ட விவாதங்கள் வெளிவாராது பாதுகாத்தனர். அதே சமயம் ‘தாவிப் பாய்ச்சல்’ என்ற தேசிய வெளி கொள்கையளவில் தொடர்ந்தது.

1962 செப்டம்பருக்குப் பிறகு 1966 ஆகஸ்ட் வரை கம்யூனிஸ்ட் மத்திய கமிட்டி கூட்டமே கூட்டப்படவில்லை. ஐந்தாண்டுகளுக்கு ஒரு முறை கூட்டப்படும் கமிட்டி 13 ஆண்டுகள் 1969 வரை காங்கிரஸ் கூட்டப்படவில்லை. மத்திய கமிட்டி, அரசியல் குழுவில் மாவோ மைனாரிட்டியானார். இக்காலக்கட்டத்தில் உள்நாட்டு வெளிநாட்டு கொள்கையிலும், அரசிலும், கட்சியிலும் சம்பந்தப்பட்ட அமைப்புகளின் ஒப்புதலை பெறாமலே பல மாற்றங்கள் நிகழ்ந்தன.

அதே சமயம் 1966களில் 'மாவோவின் சிந்தனைகள்' அடிக்கடி பிரச்சாரத்தில் பயன்படுத்தப்பட்டன. மாவோவின் தலைமையின் கீழ் என்பதே கட்சியின் தலைமைக்கு ஒப்புதல் ஆகி மாவோவின் தனிநபர் வழிபாடு, அவருக்கு துதி பாடுதல் முழு மூச்சுடன் முடுக்கி விடப்பட்டன.

"மாவோவின் புத்தகங்களை படியுங்கள். மாவோவிற்கு கீழ்ப் படியுங்கள், துப்பாக்கி முனையினால் புத்தம் புதிய அழகிய படங்களை வரையுங்கள்", "மாவோ மகத்தான மேய்ப்பான்", "ஆசான்", "இரட்சகர்" விடிவெள்ளி, செங்கதிரவன், மார்க்சியத்தின் வடிவம் என்ற போஸ்டர்கள் நாடெங்கும் ஒட்டப்பட்டன. மாவோவின் சிந்தனைகள் எங்கும் ஒலித்தன.

துப்பாக்கியின் மூலமே அதிகாரம், ராணுவமே கட்சிக்கு முன்னு தாரணம். மக்கள் விடுதலையை ராணுவத்திடமிருந்து கற்றுக் கொள்ளுங்கள். உலக யுத்தத்தினால் யாரும் பயப்படக்கூடாது. ஒரு பெரிய வாளைவிட அணுகுண்டு பயங்கரமான ஆயுதமல்ல, யுத்தத்தில் மனித குலத்தில் பாதி அழிந்து விட்டால் பரவாயில்லை, மூன்றில் ஒரு பகுதி மிஞ்சினால் பயங்கரமல்ல, உலக புரட்சியின் மையம் சீனா என இத்தகைய கோஷங்களை மாவோ திட்டமிட்டுப் பரப்பினார்.

இழந்துவிட்ட அதிகாரங்களை மீண்டும் பிடிக்க கையாண்ட உத்திகளே இவை. இத்தகைய போக்கை கண்டித்து ஷஹான் என்ற நாடகக் கலைஞர் தன் நாடகத்தின் வாயிலாய் மக்களிடம் கொண்டு சென்றார்; கண்டித்தார்.

இதற்கு எதிர்வினையாக பொலிட்பிரோவில் அவரை எதிர்த்து தீர்மானம் கொண்டு வந்தார். இதனை பலர் எதிர்த்தனர். ஆயினும் மாவோ பீகிங்கை விட்டு வெளியேறி ஷாங்காயில் தங்கி தனது ஆதரவாளர்களை திரட்டி 'கலாச்சார புரட்சிக்குழு' 1966 மே மாதம் துவக்கினார்.

இந்தக் குழுவில் மாவோவின் அந்தரங்க செயலாளர், மனைவி, மருமகன், உயிர் காப்பாளர், வருங்கால வாரிசு, லிங்பியாவில் மனைவி யெகுன் ஆகியோர் இடம் பெற்றிருந்தனர். இக்குழு ஷஹானை கடுமையாகத் தாக்கி தீயசக்தி என்றும் மீண்டும் நில பிரபுத்துவ ஆட்சியை கொண்டு வர முயற்சியை மேற்கொள்கிறார் என்ற குற்றம் சாட்டினர். கட்சிக்குள் மார்க்சிய - லெனின் சர்வதேசத்தின் அடிப்படையில் வலுவாக நின்ற ஆரோக்கிய சக்திகளுடன் மாசேதுங் அரசியல் யுத்தம் துவங்கின.

1966 ஆகஸ்டில் மத்திய கமிட்டியின் 11வது கட்டத்தைக் கூட்டி ராணுவப் படைகளையும், செந்தொண்டர் படைகளையும் பிகிங் நகரில் நிரம்பச் செய்து, லின்பியான்வே கட்சியின் ஒரே ஒரு துணைத் தலைவர் என்று நியமித்து மத்தியக் கமிட்டியில் சகல அதிகாரங் களையும் 'கலாச்சார புரட்சிக் குழு'வின் கையில் ஒப்படைத்து தனது அதிகாரத்தை மாவோ தக்க வைத்துக் கொண்டார்.

"மாசேதுங் தான் நமது காலத்தில் வாழும் மிகச் சிறப்புமிக்க மார்க்ஸிஸ்ட், லெனினிஸ்ட், மார்க்சியத்தை ஒரு கட்டத்திற்கு உயர்த்தியப் பேரறிஞர்; மார்க்ஸ், ஏஸ்கெல்ஸ், லெனின் ஆகியோரைவிட உயர்ந்தவர். இவரைப் போன்ற மாமேதை ஆயிரம் ஆண்டுகளுக்கு ஒரு முறைதான் தோன்றுகிறார்" என்ற வாசகத்தை தீர்மானமாக மத்தியக் கமிட்டி செயல் திட்டமாக நிறைவேற்றியது.

"சீன ஆத்மாவை சுத்திகரிக்க" ஒரு கலாச்சார புரட்சி தேவை என்ற பிரச்சாரம் சில மாதங்கள் தொடர்ந்தன. இதற்கு பாட்டாளி வர்க்க கலாச்சார புரட்சி (The Great proletarian cultural revolution) என்ற பெயர் சூட்டினர் மாவோ. 'அரசியல் அதிகாரத்தை கைப்பற்றும் போராட்டம்' என்று பச்சையாக அறிக்கை வெளியிட்டார்.

1966 ஆகஸ்ட் 5ல் மத்திய கமிட்டி கூட்டம் நடந்து கொண்டிருக்கும்பொழுதே தனது சொந்தக் கையெழுத்தில் ஒரு போஸ்டர் எழுதி வைத்தார். தலைப்பு : தலைமையகத்தை வெடிகுண்டுகளால் தாக்குங்கள் (Bombard the head quarters).

போஸ்டரின் உள்ளே "மத்தியிலும், மாநிலங்களிலும் அதிகாரத்தி லுள்ள சில பேர்வழிகள் மகத்தான பாட்டாளி வர்க்க கலாச்சாரப் புரட்சியை ஒடுக்க பூர்ஷ்வா சர்வாதிகாரத்தை செயல்படுத்து கின்றனர்" என்று எழுதினார்.

இந்தச் சுவரொட்டி கட்சியின் தலைமையை சகல மட்டங்களிலும் தாக்கி அடித்து நொறுக்க பச்சை விளக்கு காட்டியது. ஆகஸ்ட் 18-ஆம் தேதி காலையில் லட்சக்கணக்கானோர் (சுமார் 15 லட்சம்) இளைஞர்களின் பேரணியை பீகிங்கில் நடத்தி புரட்சியை துவக்கி வைத்தார் மாவோ. இதில் 17 பொலிட்பீரோ உறுப்பினர்களில் மாவோவின் மனைவி, மாவோ, லின் பியாங், என்சூலாய் தவிர மற்றவர்கள் இளைஞர்களால் தாக்கப்பட்டனர். அவமானப் படுத்தப்பட்டனர், துரத்தியடிக்கப்பட்டனர்.

மாவோவின் மனைவி ஜியாங்கிங், பொலிட்பீரோவின் நிரந்தரக் கமிட்டியின் செயலாளராக அறிவிக்கப்பட்டார். கலாச்சார புரட்சிக்குழு அதிகாரத்தை கைப்பற்றியது.

சியாங்கே ஷேய்க் காலத்தில் நான்கு குடும்பங்களின் ஆட்சி என்றார்கள். மாவோ ஆட்சியிலும் நான்கு குடும்பங்கள் என்றானது.

1. *மாவோ, அவரது மனைவி ஜியாங்கிங், இவர்களின் மருமகன் யாவ்வென் - யுவான், அந்தரங்க உதவியாளர் சென்-போ-டா, மெய்க்காப்பாளர்கள் வாங்-டுங்-சின், காஸ்சுன்-ட்ஸியாவ்.*

2. *லின்பியாவ்-இவரது மனைவி யிஷ்-சுன் ராணுவ கவுன்சில் பொறுப்பு.*

3. *காங்ஷெங் - இவரது மனைவி ட்ஹாவ் - பிஷ்-சுன் இரகசிய காவல் பொறுப்பு.*

4. சூ-என்-லாய், மனைவி டெங்பிங்-சாவ், இவர்களுடன் பாரிசில் படித்த நண்பர்களும், உறவினர்களும் நிர்வாக பொருளாதார துறைகளை நிரப்பினர்.

மேலும் வியக்க வைத்த செயல் ஒன்று. கலை, இலக்கியம், அறிவியல் அது சம்பந்தப்பட்ட நூல்களை மாசேதுங் இழிவாகப் பேசினார்.

"பல நூல்களைப் படித்தால் நீங்கள் அரசை ஆளும் பேரரசனக ஆக முடியாது."

"அதிகமான புத்தகங்களை வாசிக்க வாசிக்க நீங்கள் அதிகமான முட்டாள்களாகி விடுவீர்கள். புத்தகங்கள் வாசிப்பது அவசியமே இல்லை" என தமது தொண்டர் படைக்கு அறிவுரை கூறினார்.

உடனே சீனாவின் பிரபலமான மருத்துவ இதழ் (Chanieese medical journal) நிறுத்தப்பட்டு 'சீன மருந்து' என்ற புதிய இதழ் ஆரம்பிக்கப் பட்டது. இதில் மாவோவின் சொற்பொழிவுகளே இடம் பெற்றன.

பல சிந்தனைவாதிகள் மாவோவின் இத்தகைய போக்கை எதிர்த்தனர். இது மார்க்சிய, லெனினிச சிந்தனைக்கு புறம்பானது என்றனர். இன்னும் கம்யூனிஸ்ட் அல்லாத பல அறிவாளிகள் மாவோவின் சிந்தனைகளை மிகக் கீழான தரக்கெட்டதாக கருதினார்கள்.

2400 ஆண்டுகளுக்கு முன் சீன மகாகவி சூயிவான் என்ற கவிஞுனின் சிலையை செந்தொண்டர் படையினர் 'மாவோ சிந்தனைகள்' என்ற கோஷம் எழுப்பியவாறு சிலையின் தலையை வெட்டி சாய்த்தனர்.

சீன அரசியலில் முக்கிய பங்கு வகித்த கம்யூனிஸ்ட் சிந்தனையாளர் யாவ் ஹ்ஸூன், கலாச்சார துறை அமைச்சர் மாவ்டுன், கணித மேதை ஹூவாவோ-கெங், பிரபல அறிவியல் அறிஞர் லியாங்-யிங்-ஹூங், எழுத்தாளர் லின் மோ ஹன் ஆகியோர் ஒழித்தொழிக்கப்பட்டனர்.

மாவோவின் நான்காம் மனைவி, முன்னாள் நடிகை ஜியாங்கிங்க் பிரபலமானார். இவரால் புனையப்பட்ட நாடகங்களை புகழ்ந்தும், பிற படைப்புகளை இகழ்ந்தும் பரவலாக இலக்கிய இயக்கமே தொடங்கப்பட்டது; கலைஞர் மாவோயில் கலாச்சார புரட்சிப்

புகழ் பாடி கட்டாயத்தின் பேரிலோ, தாங்கள் தப்பித்தால் போதும் என்று மாவோயின் புகழ் பாடினர்.

அரசியலே கலாச்சாரத்தில் புதிய ஆதிக்கம் செலுத்தியது. நாடக மன்றங்கள், தியேட்டர்கள் மூடப்பட்டன. மாவோவின் பொன் மொழிகள் அடங்கிய செம் புத்தகங்கள் (Red Book) லட்சக்கணக்கில் அச்சிடப்பட்டு, "புதிய கண்டுபிடிக்கலாம், புதிய அறிவியல் படைப்புகளை கண்டுபிடிக்கலாம், அவரே சீன தேசத்தின் வழிகாட்டி, ஆதர்ஷ புருஷன்" என தினசரி ரேடியோவில் புகழ் பாடி களித்தன. இவர் ஒரு அசாதாரண வல்லமைப் படைத்தவர். அவரது சிந்தனைகளே ஞான ரசம் (Essence of Human wisdom) என்று எங்கும் புகழ் பாடின.

"கலாச்சாரப் புரட்சி" என்ற போர்வையில் பிற இயக்கங்களின் செயல்பாட்டினை முடக்கினார். கம்யூனிஸ்ட் கட்சியின் எதிரிகளை கண்டு அவர்களை வேட்டையாடினார். 50 லட்சம் கட்சி உறுப்பினர்கள் களையெடுக்கப்பட்டனர். 10 கோடி மக்கள் பழி வாங்கப்பட்டனர். 4 லட்சம் பேர் கொல்லப்பட்டனர். மக்கள் சீன குடியரசின் ஜனாதிபதி லியு-ஷௌகி இளைஞர் கும்பலால் கேவலப் பட்டு இழிவுபடுத்தப்பட்டு, விரட்டி அடிக்கப்பட்டு கொடுமை தாங்காமல் தற்கொலை செய்து கொண்டார்.

பொலிட் பிரோவில் அறுபது சதவீதம் பேர் பதவிகளை துறந்தும், வீடுகளை விட்டு, குடும்பங்களை விட்டு வேட்டையாடி துரத்தப் பட்டனர். சீன ராணுவத்தில் 8 மார்ஷல்கள், பல அமைச்சர்கள் பதவிகளை விட்டு வெளியேற்றப்பட்டனர்; கேவலப்படுத்தப் பட்டனர். சிலர் தற்கொலை செய்து மடிந்தனர்.

■

10. கட்சிக்குள் ராணுவம்

சீன கம்யூனிஸ்ட் கட்சியின் புதிய தலைமை மாவோவின் நான்காம் மனைவி ஜியாங் கிங் கோஷ்டி கைப்பற்றியது. இவர்களே கட்சி, அரசியல் குழு, மத்திய கமிட்டி ஆனது. மாகாணங்களில் கமிட்டிகள் கலைக்கப்பட்டன, ஒழிக்கப்பட்டன. ராணுவத்திற்கு குழு, அதிகாரம் ராணுவமே கட்சியானது.

கட்சி கமிட்டிகளுக்குப் பதில் முப்பாதை அணி புரட்சிக்குழு (Three way Alliance Revelutionary) அமைக்கப்பட்டன. கம்யூனிஸ்ட் இளைஞர் கழகத்தின் மத்திய கமிட்டி அனுபவமே தகர்ந்தெறியப் பட்டது.

கம்யூனிஸ்ட் கட்சியின் 61 தலைவர்களில் 19 தலைவர்களை கொன்றொழித்தனர். ஏனெனில் அவர்கள் மாவோவின் சிந்தனை களை விமர்சனம் செய்தவர் ஆவர் என்று 1967 மே மாதம் தொண்டர் படை பெருமை அடித்துக் கொண்டது. மாநிலங்களில் கட்சி ஊழியர்களை கடத்திச் செல்வதும், சித்ரவதை செய்து கொல்வதும் வழக்கமாகின.

சீனத் தொழிற்சங்கம் கலைக்கப்பட்டன; முடக்கப்பட்டன. தொழிற்சங்க நிர்வாகிகள் கைது செய்யப்பட்டனர். ஒரு லட்சத்து அறுபதாயிரம் கலைஞர் வெளியேற்றப்பட்டனர். இதனை 'மக்கள் தினசரி' உறுதி செய்தது.

சேர்மன் மாவோவின் சிந்தனைகள் அச்சடிக்கப்பட்டு 14 மாதங்கள் மாவோவின் படங்கள் 84 கோடி அச்சடிக்கப்பட்டு விநியோகிக்கப் பட்டன.

"குடும்பங்கள் இளைப்பாறும் இடமல்ல. சேர்மன் மாவோவின் சிந்தனைகளை பறைசாற்றும் பாசறை."

"தனி வாழ்க்கை என்பது பூர்ஷ்வா தீய குணம். காதலில் நேரத்தை வீணாக்குவதை நிறுத்துக. காதல் ஒரு மனநோய், புதுமண தம்பதி களின் வீட்டுக் கதவில், சேர்மன் மாவோவுக்கு கீழ்படிவோம், புதுமண தம்பதிகளுக்கு மாவோவின் புத்தகங்கள் சிறந்த பாடங்கள்" என திரும்பத் திரும்ப வலியுறுத்தப்பட்டன.

லெனினை சந்தித்தவர், சர்வதேச கம்யூனிஸ்ட் கட்சியில் பங்காற்றிய சியாங்-கே-ஷேக்-ஐ செந்தொண்டர் படையில், இவரை மோகம் கொண்டவர் எனச் சொல்லி இரண்டாம் முறையாக தூக்கி லிட்டனர். இவர் எழுதிய புத்தகங்கள், அறிக்கைகள் தஸ்தாவேஜுகள் தீயிட்டு எரித்தனர். மாவோவின் கலாச்சார புரட்சி மாபெரும் வெற்றி என்று பத்திரிகைகள் புகழாரம் சூட்டப்பட்டது.

இதன் விளைவாய் பொருளாதாரம் சீர்குலைந்தது. விளைவாசி உயர்வு, கள்ள மார்க்கெட் செழித்தது. உற்பத்தி சீரழிவு, ஒழுக்கக் கேடுகள், களவு, கொள்ளை, விபச்சாரம், பிக்பேக்கெட் வேகமாக பரவின. மாவோவின் எதிரிகளை ஒழிக்கும் வேலை செம்மையாக நடந்தேறின.

அதேபொழுதில் சீன முதலாளிகள் அதிகம் பாதிக்கப்படவில்லை. பல தொழில்கள் அரசாங்கம் தன் கையில் வைத்துக் கொண்டது. பெரு,சிறு முதலாளிகள் அதிகம் பாதிக்கப்படவில்லை. முதலாளி களின் வருட வருமானம் 25 லட்சம் யுவான் என்றால் தொழிலாளி களின் மாத வருமானம், ஊழியம் 40-50 யுவான்தான்.

ஷாங்ஹாவில் மட்டும் 90,000 முதலாளிகள் இவ்விதம் லாபத்தை குவித்தனர்.

இத்தகையப் போக்கை முதலாளித்துவ ஏடுகள் ஹாவார்ட் தொழில் ரெவியூ (Harward business review) தூர கிழக்கு பொருளாதார ரெவியூ (Favin eastern economic trade centre) கிழக்கிந்திய வியாபார கெஜட் (Eastern trade gazeete) போன்ற பத்திரிகைகள் சீன முதலாளிகளின் நிம்மதியான நிலை பற்றி பல விவரங்களை தந்தன.

"கட்சிக் கமிட்டிகளை கலைத்து, கம்யூனிஸ்ட் இளைஞர் கழகம் தொழிற்சங்கங்களை கலைத்து பள்ளிகளுக்கு விடுமுறை அறிவித்து, கட்சியைச் சாராத இளைஞர்கள் உசுப்பி விட்டு, செந்தொண்டர் படையைத் திரட்டி, கட்சிக் கமிட்டித் தலைவர்களை ஒழித்து இறுதியில் ராணுவத்தையும் பயன்படுத்தி மாசேதுங் வெற்றி கண்டார்" என எட்கார்ல்னோ எழுதினார்.

மொத்தத்தில் மாசேதுங்கின் கலாச்சாரப் புரட்சி கம்யூனிஸ்ட் கட்சியை ஆட்சியை அகற்றி, தொழிற்சங்கங்களை களைத்து முதலாளிகளை பாதுகாத்து, தேசிய வெறியூட்டி, எதிர்புரட்சி என்று பழைய சென்ற கால சர்வதேச கம்யூனிஸ்ட் இயக்கத்தைச் சேர்ந்த பெரும்பாலான கம்யூனிஸ்ட் கட்சிகள் மாவோ மீது குற்றம் சாட்டினர்.

சிலர் மாவோவின் கலாச்சார புரட்சியை வானாவ புகழ்ந்தனர். இந்த கம்யூனிஸ்ட் கட்சியும் மகத்தான மக்கள் எழுச்சி என புகழ்ந்தது.

ஆனால் மாவோ மறைவுக்குப் பின் பொறுப்பேற்ற சீன உலகை கலாச்சார புரட்சி கட்டத்தை ஒரு சோகம் நிறைந்த "நிலப் பிரபுத்துவ சர்வாதிகாரம்" எனக் கூறினார்.

"சீனக் கம்யூனிஸ்ட் கட்சியின் மத்தியக் கமிட்டியிலும், அரசியல் குழுவிலும் பெரும்பான்மையின் மீது தனது சிந்தனைகளை புகுத்தி மாவோ செந்தொண்டர் படையை பலப்படுத்தினார்" என்று கூறினர்.

'பீப்பில்ஸ் டெமாக்கரசி' என்ற இதழ் ஆகஸ்ட் 12, 1979 மார்ச் 30களில் ''உலகமெங்கும் பல நாடுகளில் ஆயிரக்கணக்கான இளைஞர்களில் மாணவர்களையும் தவறான வழிகளில் இட்டுச் சென்று பாட்டாளி வர்க்க புரட்சிகர இயக்கத்தின் குறிக்கோள் களுக்கு சொல்லொன அழிவை ஏற்படுத்தி விட்டார்'' என்று எழுதியது.

2-3 ஆண்டுகளில் இத்தகைய கலாச்சார புரட்சியின் கேலி கூத்துகளை உணர்ந்து விட்டனர். அவர்களின் பொறுமைக்கும் எல்லை உண்டு. மக்களின் எதிர்ப்பு விஸ்வரூபம் பெற்றது. மாயிஸ்ட் கும்பலை எதிர்த்தனர். தொழிலாளர்கள் புரட்சி கலகத் செந்தொண்டர் படையை உருவாக்கி 14 பேருக்கு சாக்கடை அகழிகளில் தூக்கி எறியப்பட்டனர்.

கலாச்சார புரட்சியின் விளைவாய் மக்கள் எவ்வளவு பொறுத்திருக்க முடியும். மக்களின் எதிர்ப்பு துவங்கி மாயிஸ்ட் கும்பல்களை எதிர்த்து தாக்க துவங்கினர்.

1969களில் முப்பிரிவு கூட்டணி பிரதிநிதிகளை பொறுக்கி எடுத்தனர். பழைய மூத்த கட்சி தலைவர்களில் நான்கில் மூன்று பகுதி கலாச்சார புரட்சியால் ஒழிக்கப்பட்டு விட்டனர். இப்படி உண்மையிலேயே அதிகாரம் புரட்சிகரமாக கைப்பற்றப்பட்டது. என மாவோவின் அமெரிக்க எழுத்தாளர், நண்பர் எட்கர்ன்னோ எழுதினார்.

இந்த முறையில் கம்யூனிஸ்ட் கட்சி ஒழிக்கப்பட்டது. தொழிற் சங்கங்கள் கலைக்கப்பட்டு மாயிஸ்டுகளால் கைப்பற்றப்பட்டது. இதனை புரட்சி என்று கூறுவதா? எதிர்ப்புரட்சி என்று கூறுவதா? கம்யூனிஸ்ட் எதிர்ப்பாளர்கள் புரட்சி என்பார்கள். கம்யூனிஸ்ட்கள் "எதிர்புரட்சி" என்று தான் அழைப்பார்கள்.

■

11. சோவியத் எதிர்ப்பு

மாவோவின் தாவிப் பாய்ச்சல் முறையில் சோவியத் இதுநாள் வரை செய்த உதவிக்கு எதிர்ப்பினை காட்டும் வண்ணம் செயலில் ஈடுபட்டனர்.

சோவியத் எல்லையில் சோவியத் ரயிலை பிடித்து அதில் உள்ள பயணிகளை, ஊழியர்களை பெண்கள் உள்பட இரண்டு நாட்கள் அடைத்து வைத்து துன்புறுத்தப்பட்டனர். அநாகரிகமாக நடந்து கொண்டனர்.

சோவியத் அதிகாரிகள் தலையிட்டு அவர்களை வெளியேற்றினர். சீனாவுக்கு வந்த அந்தக் கலகக்காரர்களை சீன ரெயில்வே அமைச்சர் அவர்களை பூங்கொத்து கொடுத்து வரவேற்று, 'மார்சிய லெனினிசம் வாழ்க, சேர்மன் மாசேதுங் வாழ்க' என்று கோஷங்கள் எழுப்பினர்.

சோவியத் எதிர்ப்புக் குரல் இப்படித்தான் தொடங்கியது. சோவியத் அரசு தூதர், ஊழியர்கள் எங்கு சென்றாலும் அவர்களை மோசமான வார்த்தைகளால் திட்டுவது, அடிப்பது, எச்சிலை உமிழ்ந்து துப்புவது, அசிங்கத்தை அவர்கள் மீது எறிவது போன்ற சகிக்க முடியாத அளவுக்கு கொடுமைகளுக்கு ஆளாக்கினர்.

சோவியத் தூதரகத்திற்கு முன்னாள் மைக்குகளை கட்டி அது வெடிக்கும் ஒலி எழுப்பி 24 மணிநேரமும் வசை புராணத்தை முடுக்கி விட்டார்கள்.

சீனாவுக்கு பொருட்களை ஏற்றி வந்த சோவியத் கப்பல்கள் பிடிக்கப் பட்டன. மாலுமிகள் 'செந்தொண்டர் படைகளால்' துன்புறுத்தப் பட்டனர். சோவியத் தலைவர் எழுதிய நூல்கள் தீ வைக்கப்பட்டன. பீகிங்கில் உள்ள சோவியத் தூதரகம் சிறை பிடிக்கப்பட்டன. மாஸ்கோவில் இருந்த மாணவர்கள் லெனினின் சமாதியின் முன் நின்று வசை மாரி பொழிந்து சோவியத் எதிர்ப்பு ஆர்ப்பாட்டங்கள் நடத்தினர்.

சீன கம்யூனிஸ்ட் கட்சியை உடைப்பதற்கு தேசிய வெறியூட்டி சர்வதேசியவாதிகளை ஒழிப்பதற்கு சோவியத் எதிர்ப்பு குரலை அவிழ்த்து விட்டார் மாவோ. மாவோயிசத்தை நிலைநாட்ட சோவியத் எதிரியை அடையாளம் காட்டினர்.

தாவிப்பாய்ச்சல், கலாச்சார புரட்சிப் பாதை, கம்யூனிஸ்ட் கட்சி, தொழிற்சங்கம், கம்யூனிஸ்ட் இளைஞர் கழகம் போன்ற அமைப்புகள் கலைக்கப்பட்டன. வெளிநாட்டில் சர்வதேச ரீதியில் சோவியத் எதிர்ப்பு நிலையை எடுத்து படிப்படியாக சோவியத் எதிர்ப்பாளர் களுடன் கம்யூனிஸ்ட் எதிர்ப்பாளர்களுடன் அணி சேர துவங்கினார் மாவோ.

1964களில் சோவியத் எதிர்ப்பு முன்னணியில் நின்ற மேற்கு ஜெர்மனியுடன் கைகோர்த்து உறவு கொண்டார். 1968ல் மேற்கு ஜெர்மன் முதலாளிகள் சீனாவுக்கு விஜயம் செய்தனர். சீன-மேற்கு ஜெர்மனி உறவு வலு கொண்டு வர்த்தகம் 400 கோடியாக உயர்ந்தது. அணு ஏவுகணைகள், ராக்கெட் தளவாடங்கள் பரிமாறி கொள்ளத் தொடங்கின; வளர்ந்தன. மேற்கு ஜெர்மனியின் அன்றைய வெளி நாட்டு அமைச்சர் வில்லிப்ராண்ட் 'வெளிநாட்டுக் கொள்கையில் சீனா நமது நட்பு நாடு' எனப் பாராட்டினார்.

மேற்கு ஜெர்மனியின் அதிதீவிர கம்யூனிஸ்ட் எதிர்ப்பாளரான அரசியல் தலைவர் ஜோசப் ஸ்ட்ராஸ், 'சவாலும் பதிலும்' என்ற நூல்

மூலம் மேற்கு ஜெர்மனியும், சீனாவும் நேச நாடுகள். இந்த நேச நாடுகள் சோவியத்தை தாக்கும், மாவோவின் புரட்சி வெற்றி கோஷங்கள் என்று எழுதினார். இதன் விளைவு கம்யூனிஸ்ட்களில் ஒரு சிலர்தான் மாவோவின் கோஷங்கள் கண்டு ஏமாந்தனர்.

இன்னும் ஒரு படி மேலே 1969களில் ஏப்ரலில் நடந்த கட்சிக் காங்கிரஸில் சோவியத் யூனியனே பிரதான எதிரி என்ற பிரகடனப் படுத்தினார். 1971ல் அமெரிக்க ஜனாதிபதி நிக்சன் சீனாவுக்கு விஜயம் செய்தார். மொத்தத்தில் சீன வளர்ச்சிக்கு கை கொடுத்த சோவியத்தை கை கழுவி நட்பு துரோகத்தை வெளிப்படுத்தினர் சீனாவும், மாவோவும்.

"தற்சமயம் சீனாவுக்கும் சோவியத் யூனியனுக்கும் இடையே உள்ள முரண்பாடு தீர்க்க முடியாத பகைமை முரண்பாடு. இந்த முரண் பாடே உலகத்துடன் நமது உறவுகளின் பிரதான முரண்பாடு" என்று மார்க்சீய கண்டுபிடிப்பை சீனக் கம்யூனிஸ்ட் கட்சியின் மத்தியக் கமிட்டியின் பெயரால் மாசேதுங் வெளியிட்டார்.

■

12. தேசிய கம்யூனிசம்

மாவோவின் தேசியவாத கண்ணோட்டம் என்பது ஒரு குறுகிய பார்வையுடனே தொடங்கியது. இது திடீரென்று தோன்றியதல்ல. சீன வரலாற்றின் புதைந்துக் கிடந்த வரலாறே எனலாம். சீன கலாச்சாரம் தொன்மை வாய்ந்தது. இதன் மொழி, கலை, தத்துவம் பன்னெடுங்காலம் வழிவழியாய் தொடர்வன.

அதேபொழுதில் செங்கிஸ்கான் போன்ற ராணுவத் தளபதிகள் ஆதிக்கம் செலுத்திய நாடு. கம்யூனிஸ்ட் இயக்கம் வெற்றி பெறும் வரை ராணுவத் தளபதிகள் நிறைந்திருந்த நாடு. சீன வரலாற்றில் பல பேரரசர்கள் மிகுந்த நிலப்பரப்பில் தமது சாம்ராஜ்யங்களை ஆண்டனர்.

வானளாவிய சாம்ராஜ்யம் (celestial empare) என்ற வர்ணனையும் சீனாவே உலகின் மையம் (sino centarism) என்ற கருத்து ஆயிரமாயிரம் ஆண்டுகளாக வேரூன்றி நின்ற வரலாற்று பாரம்பரியம் மிக்க நாடு.

இந்தப் பாரம்பரியம் சீன இலக்கியங்களிலும் கலாச்சாரத்திலும் பல்லாண்டுகளாக நின்று நிலைத்து தற்காலம் வரை வேரூன்றி

நிற்கின்றன. இது பாரம்பரிய கலாச்சார தொன்மை வாய்ந்த தேசங் கலான எகிப்து, சீனம், கிரீஸ், ரோம், நம் இந்திய தேசங்களை சொல்லலாம்.

ஏன், நமது திராவிட கட்சிகள் கூட 'கல், மண் தோன்றா காலத்தோ முன் தோன்றிய மூத்த குடி' என்று பழம்பெருமை பேசு வதை அறியலாம். சீனாவின் தனித்துவமானது என்னவெனில் இந்த வரலாற்று தேசிய பெருமித கண்ணோட்டம் பல நூற்றாண்டுகள் தொடங்கி இன்றுவரை தொடர்ந்து வருகின்றன.

சீன மயமாக்கி உலகத்தைப் பார்ப்பது அவர்களது வரலாற்று பாரம்பரியம். சீன சாம்ராஜ்யமே உலகம். சீனாவின் பின்பகுதிகளே உலகின் பல பாகங்கள். சீனக் கலாச்சாரமே உலக கலாச்சாரத்தின் அடித்தளம்.

பல யுகங்களாக சொர்க்கத்தின் புதல்வன் ஆட்சி புரிந்த சொர்க்க சமாதான வளைவு (Hevently peace gate where the son of heaven presided for ages) என்ற பெயர் இன்னும் பீகிங் நகரிலுள்ள மத்திய சதுக்கத்திற்கு அதிகாரபூர்வமாக வழக்கில் இருக்கிறது. அதுதான் 'டீயை ஆன்மென் சதுக்கம்.'

1796 ஆண்டு சீன சாம்ராஜ்ய சக்ரவர்த்தி, இங்கிலாந்தின் மூன்றாம் ஜார்ஜ் மன்னனுக்கு எழுதியக் கடிதத்தில், கீழ்க்கண்ட ஆணையில் "நடுங்கிக் கொண்டே கீழ்படி, மெத்தனம் காட்டாதே, இங்கி லாந்தின் அரசன்கூட தனக்கு கப்பம் கட்டுபவன்" என்கிறார்.

ஆனால், சீனா கடந்த 4 நூற்றாண்டுகளாக அரை காலனியாக உருமாறிப் போனது. வெள்ள ஆதிக்க செல்வாக்கில் மூழ்கித் திளைத்தது. ஏகாதிபத்திய மூலதன சுரண்டல், பொருளாதார பிடிமானம், வியாபாரக் கொள்ளை, அந்நிய ஆதிக்கம், அரசியல் நெருக்கடி, மேற்கு கலாச்சார ஆக்கிரமிப்பு - இந்தப் பின்னணியோடு நவீன கால தேசியத்திற்கு பலியானது. இதன் தொடர்ச்சியாக நவீன கால தேசியம் தலைதூக்கியது.

சீன காந்தி என்று போற்றப்பட்ட சன்-யாட்-சென் சீனக் கலாச்சாரமே உலக கலாச்சாரத்தின் மையம். இதற்கு ஏற்பட்ட

தடைகளை நீக்குவதே சீன விடுதலை இயக்கத்தின் இலக்கு என்று உருவகப் படுத்தினார். 1930 களில் அவர் எழுதிய நூலில் "சீனாவின் டெஸ்டினி" இந்தப் பாரம்பரியத்தே உள்ள கண்ணோட்டத்தில் எழுதியுள்ளார். தேசிய விடுதலையைவிட உலக அமைப்பு (world order) க்கு சீனாவின் தலைமை என்றே குறிப்பிடுகிறார்.

மாசேதுங் இந்த சீன வரலாற்று பின்னணியிலும், நவீன கால தேசிய உணர்விலும் பிறந்து வளர்ந்தவர். இளம் வயதில் பிற்கால புரட்சிக் காலத்திலும் முழுக்க முழுக்க கிராமப்புறங்களில் வாழ்ந் தவர்; போராடியவர். மேற்கத்திய நாடுகளின் உலக உருவத்தை அறிந்திராதவர். தேசியவாதியாகவே வாழ்க்கையை துவங்குகிறார். மேலும் நவீன கால சமூக அறிவியல் கல்வியை பெறாதவர்.

உலகத்தைப் பற்றி அவரது அறிவெல்லாம் சீன எழுத்தாளர்களான யென்-ஃபு, லியங்கி-செள போன்றவர்களின் நூல்களையும், கான்பூசியஸ் போன்ற சீன மதவாத தத்துவங்களையும் சீன சாம்ராஜ்யங்களின் வரலாற்று கதைகளை அதிகம் வாசித்தவர்.

மார்க்சீயமும், கம்யூனிசமும் இந்த சீன குறுகியவாத தேசிய பெருமையை போக்கி விடவில்லை. ஐரோப்பிய மார்க்ஸிஸ்டுகளிட மிருந்து சர்வதேச இயக்க நேரடி அனுபவங்கள் சீனர்களுக்கு கிட்ட வில்லை. மாசேதுங்கும், பல சீன தேசியவாதிகளும், அறிவாளிகளும் சர்வ தேசியத்தை ஏற்றுக் கொள்வதன் மூலம் திருப்திப்படுத்த முடிந்தது. ஆனால் குறுகிய தேசியவாத அடித்தளம் அறிவியல் அடிப்படையில் கைவிடப்படவில்லை.

சீன கம்யூனிய இயக்கத்தில் வரலாற்றில் பலமுறை திரும்பத் திரும்ப தேசிய உணர்வுகள் திடீரென்று கிளம்பின. தலை தூக்கின. சீனக் கம்யூனிஸ்ட் துவங்கிய காலத்தில் இடதுசாரி சிந்தனையுடையோரே அதில் இணைந்தனர். மார்க்சிய கல்வியோ, தொழிலாளர்களின் உறவோ, மார்க்சீய இலக்கியங்களின் சீன மொழி பெயர்ப்புகள் ஒன்றுகூட அங்கு பரவவில்லை; வாசிக்கப்படவில்லை.

சீனக் கம்யூனிஸ்ட் கட்சி தோன்றிய ஆரம்பக் கட்டத்திலேயே இரு போக்குகள், இரு பாதைகள், இரு கோஷ்டிகள் என வளர்ந்து

கடுமையான முரண்பாடுகள் மோதல் போக்கே தொடர்ந்தன. 1971ல் "இரு பாதைகளுக்கிடையில் நிரந்தரமாக திரும்பத் திரும்ப நடக்கும் போராட்டம்" என்று மாவோ சுட்டிக்காட்டினார்.

1921ல் சீன கம்யூனிஸ்ட் கட்சி துவங்குவதற்கு கம்யூனிஸ்ட் அகிலமும் சோவியத் கம்யூனிஸ்ட்டும் நேரடியாக உதவின. துரதிருஷ்டவசமாக சீன வரலாற்றின் யதார்த்த சூழலில் ஆரம்பகால கம்யூனிஸ்ட்டுகளின் உணர்வுகளின் ஆழமாக பொதிந்திருந்த பரம்பரை உணர்வுகளின் காரணமாகவும், ஆரம்பக் காலத்திலேயே தேசியவாதம் தலைதூக்கி நின்றது.

ஆதலால் சர்வ தேசிய தொழிலாளர் வர்க்க சித்தாந்த அடிப்படை கொண்ட ஒரு குழுவும் தேசியவாத குட்டி - பூர்ஷுவா சித்தார்த்த உணர்வுகள் ஒரு கோஷ்டியும் என்ற இரு போக்குகள் கொண்டவை மோதிக் கொண்டன.

சில கட்டங்களில் தேசியவாதம் தலை தூக்குவதும், மேலோங்கு வதும் இதைச் சுற்றி கோஷ்டி சண்டைகள் தீவிரமடைவதும், பதவிச் சண்டைகளில் பிரதிபலிப்பதும், நாளாவட்டத்தில் கோஷ்டி பதவி சண்டைகளில் உதவ சித்தாந்த வடிவம் எடுப்பதுவும் சீன கம்யூனிஸ்ட் கட்சியின் வரலாற்றின் பிரதான அம்சமாகி விட்டது.

முதல் பொதுச் செயலாளர் சென்டு-ஹ்ஸியு 1927ல் நீக்கப்பட்டு 1929 கட்சியை விட்டே நீக்கப்பட்டார். அடுத்து தேர்ந்தெடுத்த பொதுச் செயலாளர் சு-சியு-போ சர்வதேசியவாதி. கட்சிக் கோட்பாடுகளின் அடிப்படையில் சீரமைக்க பெருமுயற்சி மேற்கொண்டார். மாவோ கோஷ்டி இவருக்கு எதிராக கலகம் செய்தது. அடுத்த வந்த கோட்மிங்டாங், இவரை கைது செய்து சுட்டுக் கொன்றனர். அடுத்து வந்த லிலிசான், இவர் மாசேதுங்கை செஞ்சேனையின் அரசியல் கமிசராக நியமித்தார். ஆனால் குட்டி பூர்ஷவா போக்கைக் கண்டித்து பதவி நீக்கம் செய்யப்பட்டார். இப்படி தொடர்ந்து வாங்மிங், 1935-1938ல் சாங்-குவோ-டாவ்ஐ எதிர்த்தும், பின் காவ்காங்கை எதிர்த்தும் மாவோ கோஷ்டி அரசியலை நடத்தினார்.

இப்படி பதவி சண்டை, கோஷ்டி பூசல் என சர்வ தேசியவாதிகள், தலைசிறந்த மார்க்சீயவாதிகள் பலியாகினர். அதுமட்டுமல்லாமல்

அமெரிக்க தலையீட்டினால் அவர்கள் ஊடுறவினால் தேசியவாத கம்யூனிஸ்ட்கள் மாவோ உள்பட பல இரையாகினர். மாவோ தன் அரசியலில் கை கொண்ட முறைகள் பல. ஒரு கோஷ்டியை வாழ்த்த பிற கோஷ்டிகள பயன்படுத்தினார். இதனால் அவரது தலைமை வலுப்பெற்றது.

பல கோஷ்டிகள் மட்டுப்படுத்தப்பட்டாலும் தன்னிச்சையான தனது தலையை பாதுகாத்துக் கொள்ள, உறுதிபடுத்திக் கொள்ள, கம்யூனிஸ்ட் அகிலத்தின் செல்வாக்கு குறைக்க மாவோ பல முயற்சிகளை மேற்கொண்டார்.

ஆரம்பத்தில் சோவியத் யூனியன் உதவிகளை பெற சர்வதேசியம் பேசினார். ஆனால் சர்வதேசியத்தின் வழிகாட்டுதல்களை சோவியத் தோழமைகளின் ஆதரவினையும் நாசுக்காக நெளிவு சுளிவுகளோடு எதிர்த்து ஒதுக்கினார். மாவின் தனிச் செயலாளர் சென்-போ-டா 30 ஆண்டுகளுக்கு மேலாக கலாச்சார புரட்சி வரை மாவின் உரைகளை யெல்லாம் சித்தாந்த துறைகளில் பொறுப்பேற்று உரைகளை யெல்லாம் சரிபார்த்து எழுதிக் கொடுப்பார்.

முதலில் தான் எதைப் பேச விரும்புகிறாரோ அதை எழுதி கென்-போ-டாவிடம் கொடுத்து அதில், இதில் மார்க்சியத்தை சேர்த்துக் கொள் என்று சொல்வாராம். மாவோ துவக்கக் காலத்தி லிருந்தே தேசியத்தில் மூழ்கியவர். 1936ஆம் ஆண்டே மங்கோலிய குடியரசை தனது பிரதேசம் என்று கூறினார். மங்கோலிய குடியரசு மக்கள் தங்கள் பகுதியுடன் இணைந்த பகுதியாக வேண்டுமென்று அறைகூவல் விடுத்தார்.

1939ல் அவர் எழுதிய சீனப்புரட்சியும், சீன கம்யூனிஸ்ட் கட்சியும் என்ற நூலில் ஏகாதிபத்தியவாதிகள் பிடித்துக் கொண்ட கொரியா, பர்மா, ரையுக் தீவுகள், பூட்டான், நேபாளம், இந்தோ-சீன போன்றவைகள் நமது தேசங்கள் என்று குறிப்பிடுகிறார்.

நாம் உலகத்தையே வென்றுவிட வேண்டும். இந்த பூமி முழுமைக்கும் ஒரு வலுவான அரசை அமைப்போம்.

“தென் கிழக்காசிய நாடுகளான வியட்நாம், தாய்லாந்து, பர்மா, மலேசியா, சிங்கப்பூர் உள்பட நாடுகளை நமதாக்கிக் கொள்ள வேண்டும்'' என உரத்தக் குரலில் பச்சையாக வெளியிட்ட கருத்துகள் ஆகும்.

வரலாற்று வரைபடங்களில் 1960 களில் சீனா வெளியிட்ட படத்தில் சோவியத் யூனியன் சகாலின், கஜகஸ்தான், மத்திய ஆசியாவின் பகுதிகள், மங்கோலியா, குடியரசு, கொரியா, ஆப்கானிஸ்தானத் தின் ஒரு பகுதி, இந்தியாவின் சில பிரதேசங்கள், நேபாளம், பூட்டான், பர்மா, தாய்லாந்து, மலேசியா, லாவேஸ், கம்பூச்சியா என அகண்ட சீனா காட்டப்பட்டுள்ளது.

சோவியத் யூனியனின் எல்லைக்குள் 5 லட்சத்து 80 ஆயிரம் சதுர பரப்பு சோவியத் பிரதேசம் சீனாவை சேர்ந்தது என உரிமை கொண்டாடினார் மாவோ.

கட்சி தலைமைப் போட்டியில் அன்றிருந்த மார்க்சிய தத்துவ ஞானியும் சர்வதேச இயக்கத்தில் செல்வாக்கு பெற்றவருமான வாங்மிங்கை மாஸ்கோ கோஷ்டி என அவரை வர்ணித்தார்.

ஐந்து ஆண்டுகளுக்கு ஒரு முறை கட்சி காங்கிரஸ் கூட வேண்டும் என்பது விதி. ஆயினும் கட்சி காங்கிரஸ் 17 ஆண்டுகளாக கூட்டப் படவில்லை. 1935, 1945, 1956 காங்கிரஸ் கூட்டப்படாமல் 9வது காங்கிரஸ் 1969ல் தான் நடைபெற்றது.

1941ல் ஏனானில் கட்சி பள்ளியில் மாவோவின் உரை அதிர்ச்சி தருவதாக அமைந்தது.

1. *லெனினிசம் ருஷ்யப்பாதை*
2. *சீனப்புரட்சிக்கு கம்யூனிஸ்ட் அகிலம் தேவையில்லை*
3. *ரஷ்யா உதவ தேவையில்லை*
4. *உளவாளிகளை அம்பலப்படுத்தி கட்சியில் களை எடுக்க வேண்டும்.*

மாவோ-வின் மொழியில் உளவாளிகள் என்பது சர்வ தேசியவாதி களையும், அவர்களின் ஆதாரவாளர்களையும் குறிக்கும். ஆயிரக்

கணக்கான உளவாளிகள் கட்சிக்குள் கண்டுபிடிக்கப்பட்டு ஒழிக்கப் பட்டார்கள். வறட்டுத்தனமான ருஷ்ய மார்க்சீய கண்ணோட்டம் கொண்டவர்களென குற்றம் சாட்டப்பட்டு சீன மார்க்சியத்தை கற்றுக் கொள்ள வேண்டுமென பணிக்கப்பட்டார்.

இதற்கு மாவோவின் இரண்டாவது மனைவி மூலம் பெற்ற மகனான மா-ஆன்-இன் ருஷ்யாவில் கல்வி கற்று திரும்பியது மாவோவுக்கு எரிச்சலை தந்தது. அவனையும் விலக்கி வைத்தார். அவர் அடிக்கடி மாவோவின் போக்கைக் கண்டித்து 'போலித் தலைவர்', 'தலைவர் வழிபாட்டை' கண்டித்ததை கண்டு அவரை தம் வீட்டிற்கு வரக்கூடாதென மகனுக்கு உத்தரவிட்டார். 50களில் சீன ராணுவத் தொண்டர் படையுடன் கொரியாவுக்கு அனுப்பி அங்கு மர்மமான முறையில் கொல்லப்பட்டார்.

'சீனாவின் பிரத்யேகத் தன்மைகளுக்கு மார்க்சியம் - லெனினிசம் பொருந்தாது.'

'மார்க்சிய ஞானம் சீனாவை ஆளுவதற்கு அவசியமில்லை' என 1940களிலேயே மாசேதுங் வெளியிட்டார்.

■

13. கை கோர்த்த அமெரிக்கா

கம்யூனிஸத்தின் பேரில், தொழிலாளர் நலன், எல்லாருக்கும் எல்லாம் என்ற கோஷங்களை எழுப்பி மக்களை தம் கைக்குள் போட்டு அரசை கைப்பற்றி தன் ஆளுமைக்குள் புரட்சி என்ற பெயரில் தேசத்தை கொண்டு வந்தாலும் பின்னர் காலப்போக்கில் தாங்களே ஒரு பூர்ஹுஷியாக மாறிப் போவது அரசியலின் த.ஓ.வி. போல.

ஒரு காலத்தில் சீனக் கம்யூனிஸ் கட்சியின் சீனப் பெயர் 'குங்சாங் டாங்', இதன் பொருள் 'சொத்துகளை பங்கு போடும் கட்சி', தமிழில் 'பொதுவுடைமை கட்சி' எனலாம். அதாவது தனியுடைமை ஒழிப்பு என்று சொல்லலாம்.

ஆனால் சீனாவின் கம்யூனிஸ்ட் கட்சிக்கு இந்தப் பொருள் கொடுக்கப்படவில்லை. இதுவே ஒரு கேள்விக்குறிதான். ஆயினும் உலகமெங்கும் சீன கம்யூனிஸ்ட் கட்சி என்றே அழைக்கப்பட்டது. இன்றும் அழைக்கப்படுகிறது. இதை உணர்ந்த, தெரிந்த, பொருள் கொண்ட மாவோ அப்போதே 'சீன கம்யூனிஸ்ட் கட்சி' என்ற பெயரையே மாற்ற வேண்டும் என 1944 லேயே யோசனை கூறினார்.

“பெயரை மாற்றினால் நமது ஆட்சியிலுள்ள மாநிலங்களை நமக்குச் சாதகமான சூழ்நிலை உருவாகும். குறிப்பாக அமெரிக்க அரசுக்கு சாதகமாக அமையும்” என்று மாவோ கூறினார்.

“புரட்சி சீனா உருவான 1949க்கு பின் இரண்டு ஆண்டுகள் வரை சோவியத் யூனியனுடனோ, பிரிட்டன், அமெரிக்கவுடனோ எத்தகைய அரசுடன் கைகோர்த்து நடைபயிலக் கூடாது” என்றார் மாவோ.

சோவியத் யூனியனையும், அமெரிக்காவையும் அன்றே ஒரு நிலையில் பார்ப்பது என்று தேசீய கம்யூனிச நிலை ஏற்பட்டது. ஆனால் 1949ல் சோவியத் உதவியுடன் இறுதி வெற்றி அடைவதற்கு பல ஆண்டுகளுக்கு முன்பே சீன ‘தேசிய பாதை’ என்ற இலக்கை நோக்கிப் பயணித்தது.

அமெரிக்க ஏகாதிபத்தியத்தின் கழுகுப் பார்வையில் கடைக்கண் பார்வையை வீசியது. 1936களில் அமெரிக்க எழுத்தாளர் எட்கார்ஸ்நோ மாவோவை அடிக்கடி சந்தித்து அவரைப் பேட்டிக் கண்டு, ‘சீனாவின் மீது சிகப்பு நட்சத்திரம்’ என்ற நூல் எழுதி உலகமெங்கும் பிரபலப்படுத்தினர்.

இதனை அமெரிக்க ஜனாதிபதி ரூஸ்வெல்ட் ஆர்வமுடன் வாசித்தார். மொத்தத்தில் மாவோவிற்கு ஸ்நோ விளம்பரம் தேடித் தந்தார். ஸ்நோ, மாவோவைப் பற்றி குறைவாக கூறாமல் புகழாரம் சூட்டினர். இதன் மூலம் ஸ்நோவின் நுண்ணறிவும் தொலைநோக்கு பார்வையும் புலப்பட்டது.

1949ல் ‘சைனா வீக்லி ரிவிவ்யூ’ என்ற ஷாங்காய் பத்திரிகையில், “சீனா ருஷ்யாவுக்கு இணையாகும்? என்ற கட்டுரையின் இறுதியில் பீகிங் ஒரு ஆசியமய மாஸ்கோ ஒரு கீழ்திசை ரோம் போன்று மாஸ்கோவின் பிடியிலிருந்து விலகும்” என்ற கருத்தை எட்கார் ஸ்நோ வெளியிட்டார்.

இரண்டாம் யுத்த காலத்தில் அமெரிக்க ஜனாதிபதி ரூஸ்வெல்ட் “சீன கம்யூனிசத்தைக் கண்டு பயப்பட வேண்டியதில்லை. அது ருஷ்ய கம்யூனிசத்திலிருந்து வேறுபட்டது” என்று கருதினார். 1940 லிருந்தே

சீனாவிலிருந்த அமெரிக்க பிரதிநிதி பாட்ரிக் ஹர்லி மற்ற அமெரிக்கர்களும் சீனா தன் கைவசம் கொண்டு வருவதற்கான முயற்சிகளும், பேச்சு வார்த்தைகளும் நட்புறவு பாலத்தை கட்டினர்.

1942-45 களில் அமெரிக்கர்கள் ஏனானுடன் நெருங்கிய தொடர்பு கொண்டனர். மேலும் அமெரிக்க குழுவின் தலைவர் ஜான்ஸ்டுவர்ட் செர்வீஸ் (John steward service) வாஷிஸ்டனுக்கு அனுப்பிய குறிப்பில், 'அமெரிக்க நட்புறவும் ஆதரவும் ருஷ்யர்களை விட சீனாவுக்கு அதிக முக்கியத்துவம்' என்று சுட்டிக் காட்டினார். சோவியத் நட்புறவை விலக்கிக் கொண்டால் அமெரிக்கா உதவி செய்ய முன்வரும் என்று மாசேங்கிற்கு சமிக்ஞை அனுப்பியது.

1944 ஏனான் வந்திருந்த அமெரிக்க ஜனாதிபதி ஆலோசகரான பாட்ரிக் ஷார்லி, கம்யூனிஸ்ட் கட்சியின் கோமிங் டாங்கிற்கு இடையே உடன்பாடு ஏற்பாடு செய்து அதனை மாவோவிடம் 'ஒத்துழைப்புக்கும் நட்புக்கும்' என்று ஒரு அறிக்கையை சமர்ப்பித்தனர்.

10.11.1944 தேதியிட்ட மாவோவின் பதிலில், 'அமெரிக்கர்களும், சீனர்களும் மகத்தான மக்கள். இவர்கள் உலக விவகாரங்களில் கைகோர்த்து செயல்படுவார்கள்' என்று எழுதியதோடு 23.08.1944 அமெரிக்க அரசின் தூதரக அதிகாரியிடம், "சீனர்களாகிய நாங்கள் அமெரிக்காவை ஜனநாயகத்தின் இலட்சிய முன்னுதாரணமாகக் கருதுகிறோம். நமது நலன்கள் ஒத்த தன்மை கொண்டவை. உங்களது அதிருப்தியை பெரும் அபாயத்திற்கு இடம் கொடுக்க மாட்டோம். உங்களுடன் மோதுகின்ற அபாயமும் எங்களுக்கு கூடாது" என்று அமெரிக்காவுடன் இறுகக் கை குலுக்கினர்.

1945ல் ஜனவரியில் மாவோ-சூஎன்லாய் ரகசியமாக வாஷிங்டனுக்கு பேச்சு வார்த்தை நடத்த வருகிறோம் என்று ரூஸ்வெல்டுக்கு தூது அனுப்பினர். 1948ல் சூ-என்-லாய் அமெரிக்க பிரதிநிதி ஜார்ஜ் மார்ஷல் இணைந்து 'நிச்சயமாக உங்கள் பக்கம் சாய்வோம். எந்த அளவுக்கு என்பது உங்களைப் பொறுத்தது' என்று பச்சை கொடி காட்டினர்.

சோவியத் யூனியன் இந்த ஆபத்தான போக்கு குறித்து பலமுறை மாவோவிடம் எச்சரித்தும், மாவோ கோபமே கொண்டார்.

சீனப்புரட்சியின் வெற்றிக்கும் பிறகும் பல அமெரிக்கர்கள் சீனாவில் தங்கினர். இதற்கு மாவோவின் நான்காவது மனைவி துணை நின்றார். இதனை நுண்ணறிவுடன் அணுகி மாவோவை சோவியத் யூனியன் எச்சரித்தது. கேட்கவில்லை. அதன் பலனை பின்னர் உணர்ந்தனர்.

1949க்கு பின்னர் அமெரிக்காவை கம்யூனிஸ்ட் எதிர்ப்பு ஜன்னி பற்றிக் கொண்டது. சோவியத்தும் சீனாவும் தொடர்ந்து நட்புறவு கொண்டிருப்பதால் சீன எதிர்ப்பையும் முடுக்கி விட்டனர். ஆயினும் சீனாவுக்கு ஆதரவாகவும், உதவிகள் கொடுத்தும் சோவியத் யூனியனும், பிற சோசலிச நாடுகளும் உறுதியாக நின்றன. சீனக் கம்யூனிஸ்ட் கட்சியிலும் சர்வ தேசியமும் சோவியத்தின் நட்பும் மேலோங்கியது.

சோவியத் தனது தேசத்தின் நலன்களை கூட தள்ளி வைத்து பிரம்மாண்ட சீனாவுக்கு ஆதரவு கரம் கொடுத்து சோசலிச நிர்மானத்திற்கு அனைத்து உதவிகளையும் செய்தது.

ஸ்டாலின் மறைவுக்குப் பிறகு நடந்த சோவியத் கம்யூனிஸ்ட் கட்சியின் 20வது காங்கிரஸில் ஸ்டாலினின் தவறுகளும் தனிநபர் வழிபாட்டுக்கு முற்றுப்புள்ளி வைத்து தீர்மானங்கள் நிறைவேற்றப் பட்டன.

சீனாவிலும் அதற்குப் பின் நடந்த 8வது காங்கிரஸில் பல கொள்கை பிரச்சனைகளை விவாதித்து கட்சி அமைப்பு விதிகளில் 'மாசேதுங்கின் சிந்தனைகள்' என்ற பதத்தை நீக்கி விட்டு 'சீன கம்யூனிஸ்ட் கட்சி தனது செயல்பாட்டுக்கு மார்க்சிச லெனினிசத்துக்கு வழிகாட்டியாக கொள்கிறது' என்று திருத்தினார்கள்.

மேலும் வெளிநாட்டுக் கொள்கையில், "சீனாவுக்கும் சோவியத் யூனியனுக்கும் மக்கள் ஜனநாயக நாடுகளுக்கும் உடைக்க முடியாத தோழமை பூண்ட நட்புறவை வலுப்படுத்துவது" என்று காங்கிரஸ் தீர்மானத்தை திருத்தியது. மாவோயிச பாதை பெருமளவுக்கு தோற்கடிக்கப்பட்டது.

மாசேதுங்கும் 1958ல் சீனக் குடியரசின் தலைவர் பதவியிலிருந்து நீக்கப்பட்டார். தேசியவாதி மால், மத்திய கமிட்டியிலும் தனது பெரும்பான்மையினை இழந்தார்.

இந்தக் காலகட்டத்தில்தான் அமெரிக்க கொள்கை சீனாவின்பால் கடுமையாக விழுந்தன. சீனாவை ஐக்கிய நாடுகள் சபையில் சேர்ப்பதை எதிர்த்தும், பொருளாதார முற்றுகை தொல்லைகள் கொடுத்தும் பல முனைகளில் சீனாவுக்கு விரோதமாக செயல் பட்டது.

∎

14. எது புரட்சிப் பாதை?

1963ல் ஜூன் *14*ஆம் தேதி சோவியத் கம்யூனிஸ்ட் கட்சிக்கு சீன கம்யூனிஸ்ட் கட்சி அனுப்பிய பகிரங்க கடிதம் பல கொள்கை பிரச்சனைகளில் உலக கம்யூனிஸ்ட் இயக்க நிலைக்கு வேறுபட்ட நிலைகள் எடுத்து சோவியத்தை கடுமையாக தாக்கி சீனப்பாதை தனித்தப் பாதை என்று அடையாளம் காட்டியது.

“சமாதான சகவாழ்வு கொள்கை, அமெரிக்காவுடன் சமரசம் செய்துக் கொள்ள சோவியத் முயற்சிகளுக்கு ஒரு போர்வை என்றும், கோவியத்தையும் சேர்த்து அம்பலப்படுத்துவதே புரட்சிப் பாதை” என்றும் கிளப்பி விட்டார் மாசேதுங்.

சீனாவே உலகின் புரட்சிகர சக்திகளின் மையம். அமெரிக்க அணு குண்டு காகிதப்புலி. அணுகுண்டில் பாதி மக்கள் மாண்டு போனாலும் எஞ்சியவர்களைக கொண்டு ஒரு எழில்மிகு புது உலகை சமைப்போம். சோவியத் ரிவிஷனிஸ்டுகள் கோழைகள். காட்டிக் கொடுக்கும் துரோகப் பாதையில் செல்கின்றனர். அமெரிக்க ஜனாதிபதி ஜான்ஹோவரை குருஷேவ் சென்று சந்தித்தது துரோகம் என எழுச்சிமிக்க இடதுசாரி அதிதீவிர பிரச்சாரத்தை மாவோ முடுக்கி விட்டார்.

புரட்சிப் பாதைக்காக புரட்சிகர கட்சிகளை உருவாக்க வேண்டும். புரட்சிகர கம்யூனிஸ்டுகள் ரிவினிஷ்ட் கட்சிகளை உதறித் தள்ளிவிட்டு பிரிய வேண்டும். பிரெஞ்ச் கம்யூனிஸ்ட் தலைவர் மாரிஸ் தோரே, இத்தாலிய கட்சித் தலைவர் டோக்ஸி யாட்டி போன்ற உலக கம்யூனிஸ்ட் தலைவர்களும், கட்சிகளும் ரிவினிஷ்ட் பாதையில் செல்கின்றனர் என்ற சீர்குலைவு பிரச்சாரம் செய்தார்.

உலகெங்கும் உள்ள கம்யூனிஸ்டுகளில் ஒரு சிலர் இதை நம்பினர். மாவோ வழிகாட்டிய சீனப் பாதையே புரட்சிப் பாதை என்றனர். நமது தேசத்தில்கூட இந்திய கம்யூனிஸ்ட் (மார்க்சிஸ்ட்) 1964ல் பிளவு கண்ட பிறகு 1963 ஜூன் மாதம் 14ஆம் தேதி சீன கம்யூனிஸ்ட் கட்சியின் பகிரங்க கடிதத்தில் விளக்கியுள்ள சித்தாந்த நிலைபாடு களே தங்களது நிலை என்று தீர்மானம் போட்டனர்.

சோவியத் சித்தாந்த வேறுபாடுகளின் பெயரால் முரண்பாடுகள் வெளிப்பட்ட பின் அமெரிக்க ஏகாதிபத்தியவாதிகள் தங்களது 'சீனக் கொள்கை' மறுபரிசீலனை செய்யத் துவங்கினர். அமெரிக்க அரசின் ஆலோசகரான ஜார்ஜ் கென்னன் 'நியூயார்க் டைம்ஸ்'ல் எழுதிய கட்டுரையில், 'சோவியத் - சீன முரண்பாட்டை புறக்கணித்து அதனுடைய விளைவுகளால் ஆதாயம் தேடாமல் கைகளைக் கட்டிக் கொண்டு வாளாயிருப்பது முட்டாள்தனம்' என்று எழுதினார்.

வியாத்நாம் மீது அமெரிக்க குண்டு மழை பொழிய துவங்கிய பிறகு அமெரிக்க தொழிலதிபர்களை கொண்ட சங்கம் (US Champer of commerce) ஓராயிரம் தொழிலதிபர்களை கொண்ட சிறப்பு மாநாடு 1965 ஏப்ரல் 18ல் நடத்தி, "சீனாவுடன் செய்தித் தொடர்பு போக்கு வரத்திற்காக நடவடிக்கைகளை அமைத்துக் கொள்ள முயற்சிக்க வேண்டும்" என தீர்மானம் தீட்டினர்.

1966ல் அமெரிக்க-சீன உறவுகளை புனரமைக்க ஒரு தேசிய கமிஷனை நியமித்து விட்டனர். ஃபோர்ட் ராக்பெல்லரும் இந்த தேசிய கமிஷன் நிதிக்காக 370,000 டாலர் நன்கொடை கொடுத் தனர். இந்த ராக்பெல்லர்தான் 1949ல் செஞ்சீனாவை தகர்த்த ஒழிக்க வேண்டுமென முழக்கமிட்டவர் என்பது குறிப்பிடத்தக்கது.

1969ல் நடந்த 9வது காங்கிரஸின் அதிதீவிரவாத இடதுசாரி கோஷங்கள் குறைத்து இடதுசாரி சந்தர்ப்பவாத நிலை மேலோங்கியது. லின்பியாங் மாவோவின் வாரிசாக நியமிக்கப்பட்டார். 'மாசேதுங் சிந்தனைகள்' 8வது காங்கிரஸில் நீக்கப்பட்டது. மீண்டும் புத்துயிர் பெற்றன. ஏகாதிபத்திய குரல்கள் குறைக்கப்பட்டன.

'சமூக ஏகாதிபத்தியம்' என்று சோவியத் வர்ணிக்கப்பட்டது. ஏகாதிபத்திய எதிர்ப்பு, சமூக ஏகாதிபத்திய எதிர்ப்பு இரண்டையும் ஏக காலத்தில் பிரதான வீச்சு சோவியத் எதிர்ப்புக்குத்தான் என்பதை புரிந்து கொள்ள அதிக நாட்கள் ஆகவில்லை. நாளா வட்டத்தில் 'பிரதான முரண்பாடு' சோவியத் யூனியனுடன்தான். சோவியத் யூனியன்தான் 'எதிரி நம்பர் ஒன்று' என்று 1971ல் பகிரங்கமாக அறிவித்தார். ஐக்கிய நாடுகள் சபையில் சீனா 22 ஆண்டுகள் அமெரிக்க எதிர்ப்பால் வெளி நிறுத்தப்பட்டு மீண்டும் அமெரிக்க ஆதரவில் உள்ளே நுழைந்தது.

அமெரிக்க வெளியுறவு அமைச்சர் கிசிஞ்சர் பாகிஸ்தான் வழியாக பீகிங்கிற்கு சென்று இரகசியமாக சென்றார். அமெரிக்க ஜனாதிபதி நிக்சனின் சந்திப்புக்கு வழிவகை கண்டார். மாவோவையும் சந்தித்தார். இறுதியில் எதிர்பார்த்த சந்திப்பும் நடந்தது. நிக்சனின் சீன விஜயம், மாவோ நிக்சன் சந்திப்பு, இருவரின் ஷாங்ஹாய் அறிக்கை, அமெரிக்க சீன கூட்டணி பிரகடனம் நிகழ்ந்தது.

சோவியத் எதிர்ப்பு வெறி, தேசிய உணர்வு வெறியின் மது கொடி கட்டி பறந்தது. உலக ரீதியில் கம்யூனிஸ்ட் எதிர்ப்பு அணியில் சீனாவை அமெரிக்க சேர்த்துக் கொண்டது. நேட்டோவுக்கு ஆதரவு, ஆசியாவில் அமெரிக்கத் தளங்களுக்கு ஆதரவு, இதர புரட்சிகர ஆப்பிரிக்க நாடுகளிலும் நிறவெறியர்களுடன் கை கோர்ப்பு, பங்களாதேசில் யாஹ்யாகானுக்கு ஆதரவு - உலக ரீதியில் அமெரிக்க ஏகாதிபத்தியத்தின் ராணுவ கூட்டாளி என கம்யூனிஸ்ட் சீனா மாறியது. இதனை முன்னாள் சி.ஐ.ஏ. இயக்குநர் ஜார்ஜ் புஷ் மிகத் திறமையுடன் கையாண்டார்; பணியாற்றினார். இவர் பின்னாளில் ரீகனுடன் கூட்டாளியாக அமெரிக்காவின் துணை ஜனாதிபதியானார்.

■

15. வாரிசுப் போர்

வாரிசு அரசியல் இன்று நேற்றல்ல அரசு மரபினர் பெரும் பாலோர் வாரிசு அரசியலை பின்பற்றினர். இன்றைய தமிழக அரசியல், ஏன் இந்திய அரசியலிலும் தொடர்கிறது. இதில் மாவோ வும் தப்பவில்லை.

மாவோ உயிருடன் இருக்கும்போதே தனது வாரிசை அறிவித்தார். 1969ல் நடந்த 9வது கட்சிக் காங்கிரஸில் ஏற்றுக் கொண்ட கட்சியில் அமைப்பு விதிகளிலேயே எழுதப்பட்டது. 'மாவோவின் மிக நெருங்கிய போராட்டத் தோழன்' என வர்ணிக்கப்பட்ட லின்பியாங்தான் மாவோவின் வாரிசு என அவருக்குப் பின்னால் சீன கம்யூனிஸ்ட் கட்சியின் சேர்மன். சீன மக்கள் குடியரசின் புதிய அரசியல் சட்டத்திலும் எழுதப்பட்டது.

ஆனால் அடுத்த நடந்த 10வது காங்கிரஸில் 'லின் பியாங் ஒரு முதலாளித்துவ பதவி வெறி கொண்டவன், சூழ்ச்சிக்காரன். இரட்டை வேடம் போடும் கபடதாரி, ஓடுகாலி, துரோகி' என்று சூஎன்லாய் வைத்த அறிக்கை குற்றம் சாட்டியது.

லின்பியாவும், மகனும் மனைவியும் சேர்ந்து ஒரு குடும்ப வம்சா வழி ஆட்சியை நிறுவ முயற்சித்தனர் என்று குற்றம் சாட்டினர். (மனைவி பொலிட்பீரோ உறுப்பினர், மகன் விமானப்படை தளபதி) மாசேங்கை கொன்றுவிட்டு ஆட்சியைக் கைப்பற்ற லின்பியாங் சந்தித்தாராம். சில நாட்களில் சீன அடையாளம் பொறித்த ஒரு விமானம் மங்கோலிய எல்லைக்குள் பறந்து செல்லும்போது வெடித்து எரிந்தது. அதில் இருந்த பயணிகள் யாரும் அடையாளம் தெரியாவண்ணம் மாண்டனர்.

ஆறு வாரம் கழித்து இந்த விமானத்தில் சோவியத் யூனியனுக்கு தப்பி ஓடும்போது விபத்தினால் லின்பியாங் மடிந்து விட்டதாக சூ-என்-லாய் அதிகாரபூர்வமாக அறிவித்தார்.

மாவோவின் அந்தரங்கச் செயலாளரும் கலாச்சார புரட்சியின் தத்துவ ஞானியுமான சென்-மோ-டா இருவரும் மாயமாய் மறைந்து போனார்கள். எப்படி இறந்தார்கள் என்று இது நாள்வரை புரியாத புதிர்தான்.

சூ-என்-லாய் சில மாதங்கள் மருத்துவமனையில் தங்கினார். உடல் வியாதி சிறிதளவே அரசியல் வியாதி அதிகமே. இவருக்கு விஷம் கொடுக்கப்படலாம் என்ற அச்சத்தில் இவர் உண்ணும் உணவை இவரது மனைவி முதலில் ருசி பார்ப்பாராம். மறுபடியும் மாவோவின் நல்லெண்ணத்தைப் பெற்று பிரதமர் பதவியில் நீடித்து 10வது காங்கிரசை நடத்தினார். மீண்டும் கோஷ்டி சண்டை, சூழ்ச்சிகள், பொறாமைகள், கழுத்தறுப்புகள் மாவோவைச் சுற்றி வலம் வந்தன.

1976 செப்டம்பர் 9ஆம் தேதி நள்ளிரவில் மாவோ காலமானார். மூன்று மாதங்களாகவே அவர் வெளியே வரவில்லை. 9 நாட்கள் துக்கம் அனுசரித்தபின் ‘எல்லோரையும் விட சிறந்த மார்க்ஸிஸ்ட், மகத்தான அரசியல் ஆசான், சிவப்பிலும் சிவந்த செங்கதிரோன்’ அடக்கம் செய்யப்பட்டார்.

இரங்கல் கூட்டத்தில் ஹுமா-குவோ-பெங், அனைத்து மக்களையும் கட்சி முழுமையும் கட்சியின் தலைமையைச் சுற்றி ஒருங்கிணைத்து செயல்பட்ட மாவோவின் கொள்கைகளுக்கு விசுவாச

மாக வாழ்வோம் என்று சபதமேற்றார். மாவோ எழுதிய புத்தகங்கள், கட்டுரைகள், பேரூரைகள், விவாதங்கள் தேர்ந்தெடுத்து தொகுத்து வெளியிடும் பொறுப்பை ஹுமா-கோ-பெங் இடம் ஒப்படைக்கப்பட்டது.

ஆனால் மாவோவுக்கு பின்னால் மக்களின் கட்சியின் ஒற்றுமையைக் கட்டிக் காப்பதற்கு பதில் அவருடைய மரணம் உட்கட்சி சர்ச்சைகளையும், பதவி சண்டைகளையும், கோஷ்டி மோதல்களையும் கடுமையாக தீவிரப்படுத்தப்பட்டது.

மாவோ மறைவின் 35வது நாளில் (13 அக்டோபர் 1976) மாவோ வின் மனைவியும் அவளது 30 கூட்டாளிகளும் சண்டைகளையும், கோஷ்டி மோதல்களும் ஏற்பட்டு கடுமையாக சேர்மன் பதவியைப் பிடிக்க தீவிரப்படுத்தினர். அதே சமயம் இவர் ரகசியமாக கூடிய போது ஷுவா-குவா-பெங்கின் சொந்த பாதுகாப்பு படையினரால் கைது செய்யப்பட்டனர் என்ற பத்திரிகை செய்தி வெளியானது.

அதில் "நால்வர் கும்பல் அதாவது மாவின் மனைவி ஜியாங்-கிங், மாவோவின் பாதுகாப்பாளர் சாங்சுன்-ட்சியால், மாவோவின் தனி செயலாளர், வாங்ஹுங்பென், மாவோவின் மருமகன் யாவ்வென் - யுவான் ஆகிய நால்வரும் அதிகாரத்தை கைப்பற்றி பாசிஸ்ட் சர்வாதிகாரத்தை நிறுவ சூழ்ச்சியில் திட்டமிட்டனர்" என்று அதிகாரபூர்வமாகவே செய்தி வெளியானது.

மாவோ மரணமடைந்த ஒரு மாதத்தில் முதல் முறையாக மக்கள் தினசரி நாளிதழில், 'ஹுமவா குவோஃபெங் தலைமை தாங்கும் பொலிட்பீரோ' என்று செய்தி வெளியானது. ஷுவா கட்சியின் சேர்மன் பதவியில் அமர்ந்ததை பியானன் சதுக்கத்தில் நடந்த பிரம்மாண்டமான பேரணி வரவேற்றது.

ஹுவோ தன்னை குட்டி மாவோவாக அடையாளம் காட்டிக் கொண்டார். நால்வர் கும்பல் மீது பல குற்றச்சாட்டுகள் வெளியிடப் பட்டு ஒரு பிரச்சாரமாகவோ இதனை கையில் எடுத்தார். 1977ல் நான்கு அம்ச திட்டம் ஒன்றை அறிவித்தார்.

1. நால்வர் கும்பலை அழித்தொழித்தல்

2. சட்டம் அமைதியை ஏற்படுத்துவது

3. பொருளாதார வளர்ச்சியை முன்னெடுப்பது

4. மாவோ சிந்தனைகளை கற்பிக்க வெகுஜன இயக்கம் நடத்துவது.

மாவோவின் மனைவி மீது பல்வேறு குற்றச்சாட்டுகள் மானாவாரியாக முன்மொழிந்தது. பொலிட்பீரோ உறுப்பினர், கலாச்சார புரட்சிக்குழு தலைவர், செந்தொண்டர் படைத் தலைவி, இயல், இசை, நாடகத் துறையின் தலைவர் என்ற அதிகாரிகளைக் கொண்ட பதவிகளை பெற்றாள். 37 ஆண்டுகளாக மாவோவின் மனைவியாகவும், அந்தரங்க செயலராகவும் 20 ஆண்டுகள் (1956-1976) படிப்படியாக மிக சக்தி வாய்ந்த அரசியல் தலைவராகவும் இருந்த ஜியாங்-கிங், முகமூடி மாவோ இறந்த பிறகு அகற்றப்பட்டதாம்.

இந்த நால்வர் கும்பல் தான் கலாச்சார புரட்சிக் காலத்தில் பல கொடுமைகள் செய்த, பல சிறந்த கம்யூனிஸ்டுகளை கொலையும் செய்த, மாவோவால் கட்டப்பட்ட மகத்தான, புகழ்மிக்க சீன கம்யூனிஸ்ட் கட்சியை அழித்து விட்டு கட்சியின் சித்தாந்த, அரசியல் அடித்தளங்களையே மாற்ற முயன்றனர். சிறையில் அடைக்கப் பட்டு விசாரணை நடத்தி இவர்களில் ஒரு சிலர் குற்றங்களை ஒப்புக் கொண்டு பிறகும் தண்டனை பெற்றனர். ஜியாங்கிங் இவைகள் ஒப்புக்கொள்ளாமல் இவருக்கு மரண தண்டனை 2 ஆண்டுகள் தள்ளி வைக்கப்பட்டு ஆயுள் தண்டனையாக விதிக்கப்பட்டது.

நால்வர் கும்பல் ஆதரவாளர்கள் வலதுசாரி எனக் குற்றம் சாட்டப் பட்டு நாடெங்கும் அடித்து நொறுக்கப்பட்டனர். தாக்கப்பட்டனர். சிலர் மன்னிப்பு கோரி மீண்டும் பதவிகளை பெற்றனர்.

ஹுவாகுவா ஃபெங் மாவோவின் வாரிசாக சீனாவின் தனிப்பெரும் தலைவராக உலகமெங்கும் அங்கீகரிக்கப்பட்டார். 1977 ஜுலை 16-21ல் நடந்த மத்திய கமிட்டி பீனினம் கூட்டம். "மாசேதுங்கின் ஆணைகளுக்கு உகந்த முறையில் மிகச் சிறந்த தலைவரும், பிரதம ராணுவத் தளபதியுமான ஹுவோ குவோம்ஃபெங்கை, மாவோவின் தகுதி பெற்ற மாணவனாகவும், வாரிசாகவும் ஏகமனதாக இப்பின்னணி கூட்டம் முடிவு செய்கிறது" என்று தீர்மானம் நிறைவேற்றப்பட்டது.

இதில் குறிப்பிடத்தக்க அம்சம் என்னவென்றால் டெங்சியாவ் பிங் கலாச்சார புரட்சிக் காலத்தில் விரட்டி அடிக்கப்பட்டவர். பின்பு சூ-என்-லாய் முயற்சியால் மாவோவிடம் மன்னிப்பு கேட்டு மறுவாழ்வு அளிக்கப்பட்டவர் ஆவார்.

1966ல் மாசேதுங்கினால் "அதிகாரத்தை கைப்பற்ற துவக்கப்பட்ட மகத்தான தொழிலாளி வர்க்க கலாச்சார புரட்சி" இவ்விதமாக 1977ல் முடிவடைந்தது.

மரணத்துக்கு பிறகும் மாவோ பாதுகாக்கப் பட்டார். ஏனெனில் மாயிசமும், மாவோவின் தனி நபர் வழிபாடும், தெய்வ வழிபாட்டுக்கு நிகராக மிக ஆழமாக சீன மக்களின் உள்ளங்களில் பதிவு செய்யப்பட்டு விட்டன.

ஆயினும், கலாச்சார புரட்சி ஏற்படுத்திய அழிவுகளில் பொருளாதார சேதங்களைவிட கட்சி சேதாரங்கள் தொடர்ந்தன. கலாச்சார புரட்சியில் 50 லட்சம் கம்யூனிஸ்டுகள் களையெடுக்கப்பட்டனர். ஹுவாகுவோ பெங் தலைமை பலரை மீண்டும் சேர்த்துக் கொண் டாலும் லட்சக்கணக்கில் பலர் வெளியேறினர்.

மறைந்துவிட்ட அல்லது மடிந்து விட்ட பழம்பெரும் தலைவர்களான பெங் டெ ஹுவோய் (மாவோவின் தாவிப் பாய்ச்சலை எதிர்த்தவர்) ஜாங் வென்டியான் (சிறந்த மார்க்சீய அறிஞர்) வியு ஷௌகி இவர்கள் மீது சுமத்தப்பட்ட குற்றங்கள் மன்னிக்கப்பட்டன. இவர்களுடைய ஆதரவாளர்கள் எல்லாம் டெங்-சியாவ்-பிங் பக்கம் திரும்பினர். கலாச்சார புரட்சிக் காலத்தில் பதவி உயர்வு பெற்றவர் பலர் கீழே இறக்கப்பட்டனர்.

1980 பிப்ரவரியில் நடந்த மத்திய கமிட்டி கூட்டத்தில் கலாச்சார புரட்சி காலத்தில் மாசேங்கால் கலைக்கப்பட்ட மத்திய கமிட்டியின் செயற்குழு மறுபடியும் அமைக்கப்பட்டது. நாட்டின் பொருளாதார வளர்ச்சிக்கு திட்டமிட்டு நவீனமயமாக்கலுக்கு அமெரிக்க போன்ற முதலாளித்துவ நாடுகளின் உதவியுடன் மக்களின் வாழ்க்கை தரத்தை உயர்த்தி முன்னேறும் 'நடைமுறை பாதையே' (Pragmotion) தருமென்ற கொள்கைகளுக்கும் ஆதரவு திரட்டினர்.

தீவிர சோவியத் எதிர்ப்பில் இறங்கி, அமெரிக்காவுடன் கூட்டணி அமைத்து, மாவோயிசத்தில் சித்தாந்த ரீதியில் தானே வாரிசு என்பதை அழுத்தமாக எடுத்துக் காட்டினார். மாசேதுங்கை யும் அடிக்கடி புகழ்ந்தனர். டெங்கின் சோவியத் எதிர்ப்பு வெறிக்கு ஹுவோ ஆதரவு கொடுக்க வேண்டிய நிலைக்குத் தள்ளப்பட்டார்.

அமெரிக்க துணை ஜனாதிபதி வால்டர் மொண்டல் 1979 ஆண்டில் பீகிங் பல்கலைக் கழகத்தில் உரையாற்றும்பொழுது "ஒரு வலுமிக்க சீனாதான் அமெரிக்க நலன்களுக்கு உகந்ததாக அமையும்" என்றார். அதாவது 'ஒன்றுபட்டு முன்னேறுகள் தோழர்கள்' என்ற வாசகத்தினை முன்மொழிந்தார். இதனை ஷுமவாவும், டெங்கும் கரகோஷமிட்டு வரவேற்றாலும் ஒருபுறம் கோஷ்டி பூசல் கொழுந்து விட்டு எரிந்தது.

1980களில் ஹுவா பிரதமர் பதவியை இழந்தார். டெங்கும் துணைப் பிரதமர் பதவியிலிருந்து விலகினார். ஆனால் தனது சொந்த கோஷ்டியை சேர்ந்த ஜாவ் ஜியாங்கை (Zhao Ziang) பிரதமர் ஆக்கினார். ஹுவோவின் ஆயிரக்கணக்கான ஆதரவாளர்களும் பதவியிலிருந்து இறக்கப்பட்டனர். ஹுவோ இரண்டாம் வரிசையில் இடம் பெற்றார்.

மொத்தத்தில் சீன அரசியலில் கோஷ்டி பூசல்கள் தலைவிரித்தாடி னாலும் குதிரைப் பாய்ச்சல் என்கிற தேசத்தின் பொருளாதார வளர்ச்சிக்கு மக்களின் வாழ்வாதாரத்துக்கு தேவையான அனைத்து கல்வி, வேலை வாய்ப்பு, எல்லார்க்கும் எல்லாமும் என்ற மார்க்சீச வெளிச்சத்தில் முன்னேறிய நாடாக சீனா உருவெடுத்தது.

அதே சமயம் ஒரு புறம் சோவியத் எதிர்ப்பில் அடையாளப்படுத்தி பூர்ஷ்வா கலாச்சாரத்தில் தன்னை இணைத்துக் கொண்டு மார்க்சியத்தின் புதிய பாதையை அமைத்து மக்கள் அழைத்துச் சென்றது என்றால் மிகையல்ல.

■

16. மேற்கத்திய தென்றல்

கம்யூனிச பூமியிலான சீனா நாளடைவில் ஜனநாயக சோசலிச நாடாக உருமாறியது. 'நன்கு நவீனமயமாக்குதல்' என்ற கோஷம் டெங் தலைமையில் கடந்த 3,4 ஆண்டுகளாக அதிகாரபூர்வமான வளர்ச்சிப் பாதையில் நடை போட்டது. விவசாயம், தொழில்துறை, பாதுகாப்பு துறை, அறிவியல் தொழில்நுட்பத்துறை, அமெரிக்க ஏகாதிபத்தியம், உலக முதலாளித்துவ உதவியுடன் சோசலிச நிர்மான நவீனமயமாக்கும் பாதைக்கு சித்தாந்த அடிப்படையில் அதாவது ஐந்தாவது நவீனமயமாக்கல், நவீன மாவோயிசம் என்ற நிலையில் திசை திரும்பியது.

டெங் சியாவ் பின் தசை மார்க்சிய வேடங்களை கலைத்து உண்மை சித்தாந்த உருவத்தை எடுத்த எடுப்பிலேயே காட்டினார். இந்த போக்கைக் குறித்து குறிப்பிடுகையில், "ஒரு பூனை கருப்பா, சிவப்பா என்பது முக்கியமல்ல ; அது எலிகளைப் பிடிக்கின்றதா என்பதே!"

நமக்கு சோசலிசமா, முதலாளித்துவமா என்பது முக்கியமல்ல, எது முக்கியமெனில் சீனா ஒரு பெரிய வல்லரசா? உலகத்தையே ஆட்டிப்

படைக்கும் நாடா என்பதே முக்கியம். மாசேதுங் கோஷமான 'கிழக்கிந்திய காற்றே மேற்கில் அடிக்கும்' என்பது மாறி இப்பொழுது மேற்கத்திய தென்றல் சீனாவில் வீச தொடங்கி விட்டது.

1979க்கு பின்னர் பொருளாதார சீர்த்திருத்தங்கள் தொடங்கின. சீனத் தொழில் அதிபர்கள் வியாபாரிகளிடமிருந்து முன்பு கைப் பற்றப்பட்ட வங்கி டெபாசிட்கள் திரும்பிக் கொடுக்கப்பட்டு அவைகள் மீது வட்டியும் தருவதென முடிவு செய்தனர்.

சீன முதலாளிகளிடமிருந்து அரசு எடுத்துக் கொண்ட தொழிற்சாலை களின் மூலதனத்திற்கு 5 சதவீதம் வட்டி கொடுப்பது, இத்தொழிற் சாலைகளின் நிறுவனங்களின் மேனேஜ்மென்ட் பதவி வசிப்பவர் களுக்கு சம்பளத்தை உயர்த்தி கொடுப்பதென முடிவானது. மிகப் பெரிய மேஜை, தட்டு முட்டு சாமான்கள் உற்பத்தி செய்யும் தொழிற்சாலை பங்குகள் 800 வீதம் ஒரு 100 யுவான் வீதம் வெளியிட்டு இதனை யாரும் வாங்கலாம் என்று அறிவித்தது.

நோவ்யிரென் என்ற மாஜி முதலாளிக்கு சர்வதேச சீன நிதி கார்ப்பரேஷன் தலைமைப் பதவி கொடுக்கப்பட்டது. இவர் முன்பு 60 லட்சம் டாலர் பெறுமானமுள்ள பல தொழிற்சாலைக்கு அதிபராக இருந்தவர். இவரைப் போன்று நூற்றுக்கும் மேற்பட்ட கோட்டீஸ்வரர்களும் 50 லட்சம் முதலாளிகளும் இருக்கின்றார்கள் என சீன செய்தி நிறுவனங்கள் அறிவித்தன.

அமெரிக்கா, பிரிட்டன், பிரான்ஸ், மேற்கு ஜெர்மனி, இத்தாலி போன்ற நாடுகளுடன் மிக விரிவான வியாபார தொழில்நுட்ப ராணுவ தளவாட உதவி ஒப்பந்தங்கள் செய்யப்பட்டன.

மேற்கண்ட நாடுகளின் பெருமுதலாளிகளும், அரசாங்க அமைச்சர் களும், அதிகாரிகளும் ஆயிரக்கணக்கில் சீனாவில் வியாபாரத்தில் கைகோர்த்தனர்.

அமெரிக்க வங்கியும் இந்த சீன வியாபார புரட்சிக்கு மனமார வரவேற்று பெரும் தொகைகளை கடனாக கொடுக்க முன் வந்தன. மேற்கு ஜெர்மன் வங்கியும் தனது பங்காக 1200 கோடி டாலர் பத்து ஆண்டுகளில் கொடுப்போம் என்றனர். பிரெஞ்ச் வங்கிகள் 120

கோடி டாலர், அமெரிக்க நிதி நிபுணர்கள் 1985களில் சீனாவுக்கு மேலை நாடுகளிலிருந்து 30,000 டாலர் கடனுதவிக்கு முன்நின்றனர்.

வெளிநாட்டு மூலதனத்திற்கு பல சலுகைகள் கொடுப்பது என்று 1980களிலே நடந்த தேசிய மக்கள் காங்கிரஸில் முடிவு செய்யப் பட்டது. அந்நிய மூலதன நிறுவனங்களின் நிதி, லாபம் போன்ற உரிமைகளுக்கு உத்தரவாதம் சட்டபூர்வமாக கொடுக்கப்பட்டது.

'திறந்த வழி பிரதேசம்' - என வெளிநாட்டு மூலதனங்களை தடை யின்றி அனுமதித்தனர். தீவின் இயற்கை வளங்களையும், விசேஷச பொருளாதார இடங்களில் மூலதன கம்பெனிகள் தங்கு தடையின்றி லாபம் ஈட்டலாம். அந்நிய தொழிற்சாலைகளுக்கும், நிறுவனங் களுக்கும் அரசியல் பாதுகாப்பு இன்சூரன்ஸ் உண்டு.

வேலை நிறுத்தம், தேசியமயமாக்குதல், அரசின் தலையீடு, மக்கள் படையெடுப்பு போன்றவை ஏற்படுத்தும் இழப்புகளுக்கு ஈடு செய்யும் விநோதமான இன்சூரன்ஸ், சீனத் தொழிலாளர்கள் வேலைக்கு அமர்த்தவும், வேலை நீக்கவும் உரிமை உண்டு. சீன தொழிலாளர்களின் ஊதியத்தை தாங்களாகவே நிர்ணயிக்கும் உரிமையும் அந்நிய கம்பெனிகளுக்கு உண்டு.

அமெரிக்க-சீன அரசுகள் மத்தியில் உலகம் தழுவிய பொது நிலை (Global strategic concensus) உருவானது. வியாட்நாம் மீது போரினை சீன தொடுத்தபிறகு இது மேலும் வலுவானது. டெங்சியாவ் பிங் அமெரிக்கா சென்று ஜிம்மி கார்டரிடம் இப்படையெடுப்பைப் பற்றி விரிவாக விவாதித்தார்.

ராணுவத் தளவாடங்கள் சீனாவிற்கு விற்பது மிக லாபகரமானது என்று அமெரிக்க தளவாட உற்பத்தியாளர்கள் புரிந்து கொண்டனர். "சோவியத் யூனியன் ராணுவ ரீதியில் கவலை கொள்ள வைக்கும் வகையில் சீன ராணுவ அதிகரிக்க செய்வது அமெரிக்காவுக்கு ஆதாயம்தான்" என ராணுவ தலைமை முடிவு செய்தது.

'ஆகாயத்திற்கு கீழுள்ள மகத்தான உலகம்' என கடந்த நூற்றாண்டில் வாழ்ந்த தேசியவாதி காங் யூ வெய் விரிவாக எழுதினார். 'எங்கெல்லாம் சீனர்கள் வாழ்கின்றார்களோ அங்கெல்லாம் சீன இருக்கிறது'

என்பதே அவரது கொள்கை. பல நூற்றாண்டுகளாக கொடுங் கோலாட்சியிலும், ராணுவ தளபதிகளிடையே நடந்த சண்டை களின் விளைவாகவும், வெள்ளம் இயற்கைப் பேரிடர் அழிவு களாலும், பஞ்சங்களாலும் நாட்டை விட்டு கோடிக்கணக்கான சீனர்கள் அண்டை நாடுகளில் குடிபுகுந்தனர். இவர்கள் இந்தோனேசியா, தாய்லாந்து, மலேசியா, பிலிப்பைன்ஸ் என எங்கும் பரவினர். இந்நாடுகளில் எல்லாம் பெரும் பணக்காரர்கள் எல்லாம் சீனர்கள்தான்.

மிகப்பெரிய நட்சத்திர ஹோட்டல்களின் அதிபர்கள், தொழிலதிபர்கள், வியாபாரிகள், லேவாதேவி-பாங்கர்கள், இந்தோனேசியாவில் தனியார் மூலதனத்தில் 80 சதவீதத்தினர் மலேசியாவில் 40% சீனர்கள் என ஆக மொத்த வியாபாரமும், வங்கிகள், நிதி நிறுவனங்கள் முழுமையாக சீனர்கள் கையில்தான். பெரு முதலாளிகள் சீனாவின் அன்னிய செலவாணியில் மூன்றில் ஒரு பகுதி இவர்கள் மூலமே கிடைத்தது.

அமெரிக்காவில் 70 லட்சம் வம்சாவழியினர் வாழ்கின்றனர். அரசு துறைகளில் பாதுகாப்பு துறையில் 20,000 அமெரிக்க கல்லூரிகளில் 10000 பேராசிரியர்கள், தொழில் நிறுவன அதிபர்கள், பல அறிவிய லாளர்கள், விண்வெளி ஆராய்ச்சி, அணுசக்தி நிலையங்களிலும் பணியாற்றுகின்றனர்.

தேசியவாத உணர்வு அடிப்படையில் தென்கிழக்கு ஆசிய நாடு களிலும், அமெரிக்காவிலும் வாழ்கின்ற சீன வம்சாவழியினர் பெரும் முதலாளிகள் வரை மாவோயிஸ்டு ஆட்சியை இன்று எதிர்ப்ப தில்லை, ஆதரிக்கின்றனர். சீனாவில் முதல் போட்டு தொழில் தொடங்கவும் வசதிகள் இன்று செய்து கொடுக்கப்படுகின்றன. இது வேறு எந்த கம்யூனிச நாட்டுக்கும் கிடைக்காத அனுபவம் மாவோயிசமே இதற்கு வழிகாட்டி! இன்றைய சீனத் தலைமை இந்த மாவோயிச அம்சத்தையும் நவீனமாக்கி வருகின்றனர்.

மாவோயிச கோஷங்கள் உலகமெங்கும் சரிந்து விட்டதோடல் லாமல் தங்களது நாட்டிலும் எவ்வித வெற்றிகளையும் ஈட்ட முடிய வில்லை. அதற்கு மாறாக பல பயங்கரமான அழிவுகளைத் தான்

ஏற்படுத்தியுள்ளன என்ற காரணத்தால் மாவோவின் பல தவறுகளை விமர்சித்த மாவோயிச சித்தாந்ததை தூய்மைப்படுத்தும் இக்காட்டான பணியை டெய்சியாவ் பிங் மேற்கொண்டார். மாவோயிசத்தின் மதிகேடான செயல்களை கைவிட்ட போதிலும் மாவோயிசத்தின் அடிப்படை அம்சங்களை கைவிடவில்லை.

இந்த அழகுபடுத்தப்பட்ட மாவோயிசத்தின் அடிப்படையில் சீன கம்யூனிஸ் கட்சியிலுள்ள தேசியவாத உணர்வை ஆதர்சமாகக் கொண்டு அமெரிக்க ஏகாதிபத்தியத்துடனுள்ள கூட்டைத் தொடர்வது என்பதே டெங்கின் வழியாக இருந்தது.

“மாசேதுங், கர்வம் தற்பெருமை மேலும் மேலும் அதிகரித்து யதார்த்ததிலிருந்தும், மக்களிடமிருந்தும் விலகி நின்று, தான் தோன்றித்தனமான சுய விருப்பு வெறுப்புகளின் வழி நடந்து கட்சி யின் மத்திய கமிட்டிக்கு மேல் தன்னை நிறுத்தி வைத்தார்” என்று அவரது குணாம்சங்களை மதிப்பீடு செய்தாலும், ‘மாவோயிசம் வரலாற்றின் நீண்ட சோதனைகளை கடந்து வந்த ஒரு அறிவியல் சித்தாந்தம்’ என்றும், ‘சீன கம்யூனிஸ்ட் கட்சியின் ஆன்மிக பொக்கிஷம்’ என்றும், மாசேதுங் மகத்தான மார்க்சிஸ்ட், லெனினிஸ்ட், மிகப்பெரிய தொழிலாளி வர்க்க புரட்சிவாதி, புரட்சி யின் சூத்திரதாரி என்றும் அவருடைய யோகியாதம்சங்கள், நற்குணங்கள் அவருடைய தவறுகளை விட மிகப்பெரும் சிறப்பு வாய்ந்தவை என்றும் சீன பீளினம் கூறுகிறது.

உலகமெங்கும் அமெரிக்காவின் கைப்பிடித்து நடக்கிற செல்லப் பிள்ளையாக மாறியது சீனா. நிறவெறி தென் ஆப்ரிக்காவின் வெள்ளை ஆட்சியருடன் உறவு கொண்டு அங்கோ கனவில் எதிர் புரட்சிக்காரர்களுக்கு எதிரி, சோமாலிய-எத்தோபியா மோதல்களில் அமெரிக்காவுடன் சேர்ந்து சோமாலியாவிற்கு சோசலிச எத்தோப்பியாவிற்கு விரேதமாக உதவுவது, தென் அமெரிக்காவில் அமெரிக்க கையாட்களில் ராணுவ சர்வாதிகாரமுள்ள நாடுகளுடன் நட்புறவு, நோட்டாவுக்கு ஆதரவு, இந்து மகா சமுத்திரத்தில் டிக்கோ கார்சியா போன்ற ராணுவத் தளங்களுக்கு ஆதரவு, இவை களே மாவோவின் வாரிசுகளின் வெளிநாட்டுக் கொள்கைகள்.

நிறவெறி தென் ஆப்பிரிக்க அரசுடன் கொண்டுள்ள வியாபார உறவு, அணுசக்தி பொருள்கள் விற்கும் அளவுக்கு சென்றிருந்தது. இதற்கு ஈடாக சீனர்களை 'கௌரவ வெள்ளையர்கள்' என்று பாவித்து கறுப்பர் இல்லாத சலுகைகள் கொடுக்க தென்னாப்பிரிக்க அரசு முன்வந்தது.

உலகமெங்கும் சீனர்களை பாதுகாக்கும் தேசியம் நிறவெறி தென்னாப்பிரிக்காவுடன் கூட உடன்பாடு காண செயல்பட்டது. மாவோயிச வெளிநாட்டுக் கொள்கை மேலும் தீவிரம் அடைந்தது. இதுதான் நவீனமய மாவோயிசம்.

■

17. முக்கோண அரசியல்

1981களில் அமெரிக்க அதிபர் ரீகனை நோக்கி, "உலகில் கம்யூனிசம் பெரும் அபாயம் என்கிறார்களே, சீனாவும் கம்யூனிஸ்ட் நாடுதானே. அதனுடன் ஏன் நட்பை வலுப்படுத்திக் கொள்கிறீர்கள்?"

அதற்கு ரீகன், "ஆம் சீனா ஒரு கம்யூனிச நாடு தான், ஆனால் அந்நாடு சர்வதேச கம்யூனிஸ்ட் சதித் திட்டத்தில் பங்கு கொள்வதில்லை" என பதிலளித்தார்.

ஆக சீனா, அமெரிக்காவை எதிரி நாடுகள் பட்டியலிலிருந்து நீக்கப் பட்டு விட்டது. 'சீன கம்யூனிசம் தேசிய கம்யூனிசம்' சர்வதேசீய கம்யூனிசம் அல்ல கம்யூனிச அபாயம் சீனாவைவிட மிகுந்ததல்ல.

நட்பு நாடு என்ற முறையில் வளர்வது சீனப் பொருளாதார வளர்ச்சிக்கும், ராணுவ வலுவுக்கு உதவுவது, உலக அளவில் ராணுவ பொது நிலை அடிப்படையில் கூட்டணியாக செயல்படுவது, சோவியத் யூனியனுக்கு எதிராகவும் சீனாவை அடியாளாக பயன் படுத்துவது வாஷிங்டன் தந்திரம்.

ஆனால், சீனாவோ தான் ஒரு பெரிய வல்லரசாக பொருளாதார துறையிலும், ராணுவத் தலைமையிலும் உலகம் வியக்கத்தக்க வகையில் வளர்ந்துவிட வேண்டும். இந்த பெரு நோக்கத்தையுடைய கம்யூனிசத்தைக் கண்டு மிரளும் ஏகாதிபத்தியங்களின் உதவியை நாடி பெறுவதற்கு அவர்கள் கூட்டாளியாக இயங்குவதில் தவறில்லை என்பது தேசியவாத கண்ணோட்டம்.

சோவியத் யூனியனை அமெரிக்க அழித்து விட்டாலும், சோவியத் யூனியன் சிதைந்து விட்ட போதிலும், புரட்சிகர இயக்கங்கள் உலகமெங்கும் ஒழிக்கப்பட்டாலும் பரவாயில்லை சீனா பெரும் வல்லரசாக விட்டால் பிறகு மிகப் பிரம்மாண்ட உலகப் புரட்சிக்கு தலைமைத் தாங்கி வெற்றி பெறலாம் என்ற மாயிச குறிக்கோள் மையம்.

ஆனால் இந்த குறிக்கோளை அடையும் பாதை நேர்கோடு அல்ல; சுலபமானதும் அல்ல. சிக்கல்கள் நிறைந்த பாதை. தீர்க்க முடியாத முரண்பாடுகள் கொண்டவை. உலக அரசியல் உறவுகள் ஒரு வழி பாதைகள் அல்ல. பல அம்சங்களுடன் பல முனைகளில் பலவிதமாக உறவுகள் கொண்டவை, சிக்கலானவை.

சீனாவை அமெரிக்க ராணுவ அரசியல் திட்டத்துடன் படிப்படியாக இணைத்து பொருளாதார துறையிலும் அமெரிக்காவைச் சார்ந்து நிற்கும் நாடாக மாற்றுவதே அமெரிக்காவின் நோக்கம். சீனாவின் சோவியத் எதிர்ப்பின் வெறித்தன்மையே அமெரிக்காவின் இத் திட்டத்திற்கு துணிச்சலைக் கொடுத்தது.

40 ஆண்டுகளாக அமெரிக்க எதிர்ப்பு நாடாக மக்கள் சீனம் காட்சி யளித்தது. சமுதாய ரீதியாக பார்த்தால் சீனா 'ஒரு வளர்முக சோசலிச நாடு'. முதலாளித்துவ உலகத்தின் தலைவனான அமெரிக்க இப்படிப்பட்ட சீனாவுடன் நீண்ட நாளைய ராணுவ கூட்டணி வைத்துக் கொள்ளுமா?

விசித்திரமான நிலை. அமெரிக்காவும் சீனாவும் ஒருவரை ஒருவர் பயன்படுத்திக் கொண்டு தனித்த முறையில் தன்னளவில் பயன் அடைய விரும்புகிறார்கள். வெளிப்படையாக சொல்வதென்றால்

ஒருவரையொருவர் தட்டிப் பறிப்பதே, வஞ்சிப்பதே இரு நாட்டு தலைமையின் உள்நோக்கம்.

சீனாவை பயன்படுத்தி சோவியத் யூனியனை நிர்ப்பந்தித்து, உலக புரட்சிகர சக்திகளை ஒடுக்குவதே அமெரிக்காவின் உள் நோக்கம். ஆனால் சீனாவோ அமெரிக்க உதவியை பயன்படுத்தி ராணுவத் துறையில் வலுவான நாடாக வளர்ந்து தானும் ஒரு பெரும் வல்லரசாக மாறி தன்னுடைய பாதையில் செல்வதே.

ஆதலால் இந்த அமெரிக்க - சீன கூட்டணி தற்காலிகமானது. செயற்கையானது. நீடித்து நிற்கும் அடித்தளம் கொண்டவையல்ல. இவர்கள் மத்தியில் உள்ள முரண்பாடுகள் ஆதலால் நீண்டகால உறவுகளை அமைவதற்கு பதிலாக தற்கால நலன்களின் அடிப்படை யிலேயே சீன - அமெரிக்க உறவுகள் அமைந்தன.

டெங் சியாவ் பிங் அமெரிக்க விஜயம் உலகமெங்கும் உற்சாகமாக கூட்டணி அமைத்து செயல்பாடுகள், அமெரிக்க உதவி, பொருளாதார உடன்பாடுகள், ராணுவத் துறையில் ஒத்துழைப்பு செயல்பட்டது.

ரீகனின் கம்யூனிச எதிர்ப்பு, டெங் சியாவ் பிங்கின் சோவியத் எதிர்ப்பு இரண்டும் இணைந்தன. ஆயினும் சீனாவின் வெளிநாட்டு கொள்கைகளில் திடீர் நெளிவு சுளிவுகள் மாற்றங்கள் முன்கூட்டியே நிர்ணயிப்பதும் தப்புக்கணக்காக ஆகலாம் என்ற எதிர்பார்ப்பு நிலவியது.

இந்நிலையில் சோவியத் யூனியன் 1970லேயே ஒருவரையொருவர் தாக்குதல் நடத்த மாட்டோம் என ஒப்பந்தம் செய்து கொண்டுள்ளது.

1976ல் நடந்த 25வது காங்கிரஸில் இரு நாடுகளுக்கிடையில் நிலவ வேண்டிய நட்புறவு, சமத்துவம், எல்லைகளை மீறாமல் உள்நாட்டு விவகாரங்களில் தலையிடாமை, வன்முறையை புறக்கணிப்பது என சமாதான சகவாழ்வு வாழ பிரெஷ்னெவ் முன்மொழிந்தார்.

1980ல் நடந்த 26வது கட்சி காங்கிரஸில் சீன-சோவியத் உறவை சீர் படுத்துவதன் முக்கியத்துவத்தை பிரெஷ்னெவ் மீண்டும் வலியுறுத்தி

னார். அதில் முதலாவதாக சீனத் தலைமை வெளிநாட்டு கொள்கைகள் எவ்வாறு கையாள்கிறார்கள் என்பதை நாம் வெளிப்படையாக விமர்சித்துள்ளோம். இனியும் விமர்சிப்போம். ஆனால் உள்நாட்டு விவகாரங்களில் தலையிட முயற்சிக்க மாட்டோம்.

இரண்டாவதாக 'இரு சீனா' கொள்கையை எந்த வடிவத்திலும் நாம் ஆதரிக்க மாட்டோம். இப்பொழுதும் ஆதரிக்கவில்லை. தைவான் மீது சீனாவின் ஆதிக்க உரிமைகளை முழுமையாக ஆதரிக் கிறோம்; அங்கீகரிக்கின்றோம். மூன்றாவதாக, சீனாவின் பிரதேசங்கள் மீது எந்தவித உரிமையும் கொண்டாட மாட்டோம். சீன - சோவியத் எல்லையில் பரஸ்பரம் நம்பிக்கையூட்டும் செயல் களைப் பற்றியும் விவாதிக்க தயாராக உள்ளோம்.

நான்காவதாக, இரு சாராரின் உள்நாட்டு விவகாரங்களில் தலை யிடாமை, மூன்றாம் நாடுகளுக்கு பாதகமற்ற வகையில் பரஸ்பர ஆதாயங்களின் அடிப்படையில் எந்த நிபந்தனையற்ற ஒருமைப்பாடு காண நாங்கள் தயார். துரிதமாக இரு சாராரும் துல்லியமான நடவடிக்கை எடுத்தவுடன் பொருளாதாரம், விஞ்ஞானம், கலாச்சாரம் மற்றும் அரசியல் உறவுகளை மேற்கொள்ளுதல்.

இதைவிட தெளிவாக சோவியத் நிலையை விளக்க முடியது. ஆயினும், இத்தகைய உடன்பாடுகளை மதிக்காமல் எல்லை மீறியே பயணப்பட்டது.

■

18. முரண்களின் உச்சம்

முரண்பட்ட நிகழ்ச்சிகளின் பின்னணியில்தான் 1982 செப்டம்பர் மாதம் சீனக் கம்யூனிஸ்ட் கட்சியின் 12வது காங்கிரஸ் கூடியது. இந்த காங்கிரசைப் பற்றிய அதிகாரபூர்வமான சில முக்கிய விவரங்கள் தெரிய வந்தது. சீனாவின் அன்றைய நிலையையும் வருங்கால போக்குகளையும் ஓரளவிற்கு புரிந்து கொள்ள முடிந்தது.

டெங் சியாவ் பிங் தலைமை 1979லேயே வலுப்பெற்றது. ஆயினும் இரண்டு ஆண்டுகளில் பல மாற்றங்கள் நிகழ்ந்தன. பொருளாதார செயல் திட்டமும், ஆறாவது ஐந்தாண்டு திட்டமும், அஜெண்டாவிலிருந்து நீக்கப்பட்டது. இதில் உடன்பாடு காண முடியவில்லை. மிக சிக்கல்கள் நிறைந்த சூழலில் பதவிச் சண்டைகள், கொள்கை சர்ச்சைகள் தொடர்ந்தன. ஒன்றுக்கொன்று முரண்பட்டு நிற்கும் நிலைகள் தொடர்ந்தன.

மேலை நாடுகளுக்கு சாதகமான நிலை எடுத்து வரும் டெங் சியாவ் பிங் தலைமையை அமெரிக்காவும் பிற முதலாளித்துவ நாடுகளும் வலுப்படுத்தும் முயற்சியில் ஈடுபட்டன. இதனால் டெங் கிங்கிற்கு பெரும் எதிர்ப்பு கிளம்பியது. குறிப்பாக தைவான் பிரச்சனையின்

காரணமாக அமெரிக்காவை பகிரங்கமாக கொள்கையளவில் விமர்சிக்கப்பட்டது. அமெரிக்க-தைவான் உறவு 'இரு சீனா' என்று பார்க்கப்பட்டது.

'யுத்தம் தவிர்க்க முடியாதது' என்ற நிலைக்கு மாறாக விஸ்தரிப்பு - மேலாதிக்கக் கொள்கைகளை எதிர்த்து உறுதியாக போராட மக்கள் ஒன்றுபட்டு நின்றால் உலக சமாதானத்தைப் பாதுகாக்க முடியும் என்றும், மேலாதிக்க - காலனி ஆதிக்க சக்திகளே உலக சமாதானத்தை சீர்குலைக்கும் பிரதான சக்திகள், இரு பெரும் வல்லரசுகளோடு போட்டி, உலக யுத்த அபாயத்தை அதிகரித்து வருகின்றது, என்று புதிய திட்டங்களை கண்டனர்.

"சோவியத் தலைவர்கள் சீனாவுடன் தங்களின் உறவுகளை சீர்படுத்திக் கொள்ளும் விருப்பத்தை பல முறை தெரிவித்துள்ளதை நாம் கவனத்தில் எடுத்துக் கொள்கிறோம். ஆனால் சொற்களை விட செயல்களே முக்கியம் என்றது. அதே பொழுதில் சீனாவுடன் உறவு களை சீர்ப்படுத்த உண்மையான விருப்பம் இருக்குமானால் சோவியத் தலைவர்கள் சீனாவின் பாதுகாப்புக்கு அவர்களிடமிருந்து வரும் அச்சுறுத்தலை நீக்கி விடும், நடவடிக்கைகளை எடுப்பார்களே யானால் சீன-சோவியத் உறவுகள் சகஜ நிலைக்கும் முன்னேற முடியும்" என சீன மத்திய கமிட்டி அறிக்கை முன்மொழிந்தது.

அமெரிக்கா, மேற்கு ஜெர்மனி போன்ற நாடுகளை உள்ளிட்ட சோவியத் எதிர்ப்பு கூட்டணி கைவிடப்பட்டது. அதே சமயத்தில் அமெரிக்க ஏகாதிபத்திய ஆக்கிரமிப்பு கொள்கைகளைப் பற்றி மௌனம் கொண்டனர். ஆனால் சோவியத் ராணுவத்தை எல்லை யில் நிறுத்தி வைத்தனர். கடந்த 20 ஆண்டுகளாக கம்பூசியா மீது வியட்நாம் படையெடுப்புக்கும், வியட்நாம் சீன எல்லைகளில் ஆத்திரமூட்டும் செயல்களுக்கும் ஆதரவளித்தனர். சீனாவின் அண்டை நாடான ஆப்கானிஸ்தான் மீது படையெடுத்துள்ளனர். இவையெல்லாம் சீன பாதுகாப்புக்கு ஆசியாவின் அமைதிக்கும், கடுமையான ஆபத்தை விளைவித்துள்ளது என்றும் கூறுகின்றன.

ஒரு சுயேச்சையான வெளிநாட்டுக் கொள்கை, அமெரிக்க-சோவியத் யூனியன் ஆகிய இரு நாடுகளுடனும், 'சமதூரம்' என்ற

கொள்கை வெளியிடப்பட்டுள்ளது. ஆனால் நடைமுறையில் இன்னும் அமெரிக்கா பக்கம் சாய்ந்து நிற்கும் போக்கை சீனா தொடர்ந்தது. அரசியலில் இத்தகையப் போக்கு தொடர்ந்தது. அதே போதில் சீனாவில் மக்களின் பொருளாதார வளர்ச்சி விகிதம் 'குதிரைப் பாய்ச்சல்' முறையில் டெங் பாதை மேலை நாட்டு ஏக போகத்திற்கு மடைதிறந்து விடுவதாக அமைந்தன.

மேலை நாடுகளின் உதவியுடன் தனது பொருளாதாரத்தை நவீனப்படுத்துதலே குறிக்கோள் என முழங்கியது. மேற்கு நாடுகளின் உதவியுடன் 'மார்க்கெட் சக்திகளுக்கு சுதந்திரம்', 'முதலாளித்துவ - சோசலிச' இருவித முறைகளையும் பயன்படுத்தி பொருளா தாரத்தை நிர்வகிப்பது, 'கிராமப்புறங்களில் கூட்டுறவு முறைகளை கைவிடுவது' என்று டெங் பேசி வந்ததோடு அரசாங்கத்திற்கு சொந்த மான நிலங்கள் கூட தனிப்பட்ட விவசாயிகளும் சில மாநிலங்களில் கொடுக்கப்பட்டன. சீன உற்பத்தியாளர் பொருளாதாரம் பெரு மளவுக்கு ஊக்குவிக்கப்பட்டன.

சீனாவில் 79களில் ஐந்து விதமான பொருளாதாரப் பகுதிகள் இருந்தது. அரசுத்துறை, கூட்டுறவுத் துறை, முதலாளித்துவத் துறை, அரசு - முதலாளித்துவ - கூட்டுறவுத் துறை, சிறு உற்பத்தியினர் துறை என பொருளாதாரத்தில் சமுதாய பிரச்சனைகளில் தேசீய சீன உறவுகளில் ஏற்பட்ட ஆழமான நெருக்கடி சூழலை சீர்ப்படுத்த சில அசாதாரண நடவடிக்கைகள் எடுக்கப்பட்டன.

கலாச்சாரப் புரட்சியும், அதன் விளைவுகளும் அரசியல், பொரு ளாதாரம், சமுதாயம், ஒழுக்கம், மனநிலை ஆகிய சகல துறை களிலும் கண்டிராத அழிவுகளை ஏற்படுத்தின.

ஒரு கடும் புயலடித்தது போன்று கலாச்சாரப் புரட்சியில் 20 கோடி மக்கள் பாதிக்கப்பட்டனர். ஒன்றரைக் கோடிப் பேர் ஒழிக்கப் பட்டனர். பெரும்பாலான அறிவு ஜீவிகளும், பயிற்சி பெற்ற முன்னணி ஊழியர்களும் அழிக்கப்பட்டனர். பல சிறந்த தலைவர்கள் கொலை செய்யப்பட்டனர்.

புதிய சூழ்நிலைகளுக்கேற்ப மாவோயிசப் பாதையை சரிப் படுத்தி சோவியத்துக்கு எதிராக மேலை நாடுகளுடன் அணி சேர்த்து கொள்வது; அதே சமயத்தில் உள்நாட்டு நிலையை ஸ்திரப்படுத்திக் கொள்ளவும் நடவடிக்கைகள் எடுப்பது; கட்சிக்குள் கட்டுப் பாட்டை நிலை நாட்டுவதும் சர்வதேச ரீதியில் சீனா தனிமைப்பட்டு நிற்பதைக் கண்டிக்கும் மக்களின் உணர்வுகளை போக்குவது - இதுவே இன்றைய சூழ்நிலைக்கேற்றாற்போல் மாவோயிசத்தை சீர்ப்படுத்தும் பாதை.

ஆனால் டெங்கின் வலதுசாரி தலைமை சீன மக்கள் உணர்வுகளில் ஆழமாக வேரூன்றி நிற்கும் சோசலிசக் கொள்கைகளை கணக்கி லெடுக்க வேண்டியதாயிற்று. அதே சமயத்தில் மாவோயிஸ்ட் சோசலிசத்தின் அடிப்படை கருத்தோட்டங்களை மக்களை பீடித் துள்ள தேசியவாதம், பெரு வல்லரசின் விஸ்தரிப்புக் கொள்கை, மாவோயிசத்தின் அடிப்படைக் கொள்கைப் பாதை ஒரு சில பிரச்சனைகளுக்கு தற்காலிக பரிகாரம் காண உதவியது. எனினும் உள்நாட்டிலும், வெளிநாட்டிலும் வெடிக்கும் தன்மையுள்ள பல புதிய பிரச்சனைகளை உருவாக்கி விட்டன.

உள்நாட்டில் நவீன மயமாக்கலை பற்றிய புதிய முடிவுகளை எடுத்த ஒரு ஆண்டுக்குள்ளாக பொருளாதார துறையில் புதிய நெருக்கடிகள் வெடிக்கத் தொடங்கின. ஏகாதிபத்திய அரசுகள் சில கடன் தாராளமாகக் கொடுத்தார்கள். ஆனால் இவைகளின் பாதகமான அம்சங்கள் வெகு விரைவில் வெளிப்பட்டன.

மேலைய நாடுகளும் ஏக போகங்களும் கொள்ளை லாபம் அடிக்கும் நோக்கம் மட்டுமல்லாது சீனாவை தங்களுடைய முகாமில் ஒரு சிறிய பங்காளியாக கட்டி வைக்க முயன்றனர்.

இதனை உணர்ந்து கொண்ட சீனா வல்லரசுகள் மீது முழுமையாக சார்ந்து வாழ்ந்த நிலையை பல நூற்றாண்டுகளாக எதிர்த்துப் போராடி வந்துள்ளனர். மீண்டும் அத்தகைய நிலைக்கு தள்ளப்படு வதை உணர்ந்து கொண்ட தாவிப்பாய்ச்சல் பாதையில் மறுபடியும் முன்னறே முயற்சிப்பது மதியீனமாகும் என்பதை உணர்ந்து கொண்டனர்.

மேலை நாடுகளிலிருந்து எந்திரங்களும், தொழிற்சாலை அமைக்கும் சாதனங்களும் சீனா விலைக்கு வாங்கியது. ஆனால் அவைகளை கையாளும் பயிற்சி பெற்ற தொழிலாளர்களும், மூலப் பொருளும் உற்பத்தி செய்த பண்டங்களை விற்க மார்க்கெட்டு களும் வரவில்லை.

எரிவாயுவை கண்டுபிடிப்பதற்கு முன்பாகவே எரிவாயு பைப்பு களை அமைத்தனர். எண்ணெய் வளங்களை எண்ணெய் வளம் இருக்கும் இடங்களை ஆய்வு செய்வதற்கு முன்னதாகவே ஒப்பந்த தாரர்களை கையெழுத்திட்டனர். ஆனால் ஆராய்ச்சியில் பல இடங்களில் எண்ணெய் கிடைக்கவில்லை.

மேற்கு ஜெர்மனி உதவியுடன் வுஹானில் அமைக்கப்பட்ட கனரக உலோகத் தொழிற்சாலையும், ஜப்பானின் உதவியுடன் ஷான் ஹாயில் கட்டப்பட்ட தொழிற்சாலையும் ஏகாதிபத்திய ஏக போகங்கள் சீனாவைத் தங்களுடைய நாடுகளுக்கு ஏற்றவாறு இணைத்துக் கொள்ளும் முயற்சிக்கு உதாரணமாயின.

தங்களின் சொந்த அனுபவங்களின் மூலம் சீனப் பொருளாதார வளர்ச்சிக்கு உதவி செய்யும் ஏகாதிபத்திய ஆர்வத்தின் பொருளை சீன பொருளாதார புரிந்து கொள்ளத் தொடங்கினர் சீன நிபுணர்கள். மேலை நாடுகளிலிருந்து கடன் வாங்கும் கொள்கையில் மாற்றம் காண முனைந்தனர். நவீன மயத்தினை விலைக்கு வாங்க முடியாது, சீனப் பொருளாதாரத்தை நவீனப்படுத்துவதற்கு தங்கள் சொந்த செல்வாதாரத்தையும் பயிற்சி பெற்ற தொழிலாளர்களையுமே அடிப்படையாக கொள்ள வேண்டுமென சிலர் அழுத்தம் கொடுத்தனர்.

மேற்குலக நாடுகளுக்கு சீனாவின் கதவு திறந்து விடுவது என்ற கொள்கையால் பூர்ஷ்வா ஒழுக்கக்கேடுகள், லஞ்சலாவண்யம், பரவலான குற்றங்கள் மீண்டும் சீனாவில் தலைதூக்கின. சமூக விரோத சக்திகள் மறுஜன்மம் எடுத்தன. மேலும் நெறிமுறை அழிவுகள், சோசலிச கோட்பாடுகளின் நம்பிக்கையின்மை, பூர்ஷுவோ ஜனநாயகம், சோசலிச ஜனநாயகத்தை விட மேலானது என வெளிப்படையாக கூறுவது - இவையே புதிய தோற்றத்தின் பல்வேறு அம்சங்களாயின.

சீனாவின் முன்பு ஒழித்தொழிக்கப்பட்ட கொள்ளை, திருட்டுகள், வேசித்தனம் முதலிய தலைதூக்கின. உள்கட்சி போராட்டம், பதவிப் போட்டியும் தீவிரமாகின. இவைகளின் காரணமாகத்தான் இவைகளுக்கு பரிகாரம் காண சீனத் தலைமை தங்களுக்குள் சில சமரசங்கள் செய்து கொள்ள அவசியமாயிற்று.

இத்தகைய போக்கில் சீன சமுதாயத்தில் தீவிரமடைந்து வரும் முரண்பாடுகளையும் வளர்ந்து வரும் சமூக விரோதிகள் சக்திகள் பற்றியும் அரசு சிந்திக்க வேண்டிய நிலைக்குத் தள்ளப்பட்டனர். கட்சியை விட்டு மக்கள் விலகிச் செல்வதை உணர்ந்தனர். சீனத் தலைமையும், "சித்தாந்த முரண்பாடுகளும், கோஷ்டிகளும் கொண்ட சூழ்நிலை கட்சிக்குள் இருக்கின்றது" என்று புரிந்து கொண்டது. கட்சியும் புதிய அமைப்பு விதிகளை நிறைவேற்றியது.

தொழில், விவசாய வளர்ச்சி, பாதுகாப்புத் துறை முன்னேற்றம், அறிவியல் தொழில்நுட்ப புரட்சி, இவைகளே உள்நாட்டு கொள்கைப் பாதை. இதனை 2000க்குள் விவசாய - தொழில் உற்பத்தியை நான்கு மடங்கு அதிகரிக்க குறிக்கோளுடன் செயலில் இறங்கின.

டெங் சியாவ் பிங் மாயிஸ்ட் வகையான மார்சிச-லெனினிசப் பாதையில் சீனாவில் சோசலிசப் பாதையைக் கட்டுவது என்ற அறைகூவல் விடுத்தார். மேலும் இன்றைய தலைமை மாவோவின் உண்மையான சித்தத்திற்கு உயிரூட்டும் கடமையை ஏற்றுக் கொண்டுள்ளது. அதே சமயத்தில் மாவோயிசத்தின் அரசியலை சிதைத்து விடாமல் பாதுகாக்கவும் விரும்பின.

டெங்தான் மாவோவின் 'உண்மையான சீடர்' என்றும், மாசேதுங்கின் 'சிகப்பு புத்தகம்' வெளியிட்டதுபோல் டெங்கின் சிகப்பு புத்தகம் பிரசுரிக்கப்பட்டது. கட்சி ஒற்றுமையையும் கட்சி அமைப்புகளை வலுப்படுத்தும் நோக்கில் கட்சியின் மூன்றில் ஒரு பகுதி உறுப்பினர் வெளியேற்ற டெங் முனைந்தார். ராணுவத்திலும் களையெடுப்பு தொடங்கியது.

புதிய தலைமைக்கு மூன்று கடமைகள் முன் நின்றன.

1. நவீன மயமாக்குவதை துரிதப்படுத்துவது
2. தைவான் உள்பட்ட தாய்நாட்டின் பல பகுதிகளை மீண்டும் இணைப்பது
3. மேலாதிக்கத்தை எதிர்த்து, உலக சமாதானத்திற்காகப் போராடுவது

முதலாவது நான்கு மடங்கு உற்பத்தி பெருக்கம் இலக்கு தாவிப் பாய்ச்சல் முன்னேற்றத்தின் சாயல்தான். ஆயினும் சாதகமான சூழ்நிலையில் அதிகபட்சம் இரு மடங்கு சாத்தியம் என நிபுணர்கள் கணிக்கின்றனர். ராணுவத் துறையை நவீன மயமாக்கல் திட்டத்தில் இன்று முதலிடம் வகிக்கிறது.

இரண்டாவது தைவான், ஹாங்காங், மாகோ மற்றும் வெளிநாடு களில் வாழும் சீன மக்கள் இக்கடமையை அண்டை நாடுகளின் பிரதேசங்களின் மீது சொந்தம் கொண்டாடும் பாணியில் உள்ளது. பெரிய வல்லரசின் விஸ்தரிப்புக் கொள்கையும், பிற நாட்டுப் பிரதேசங்களின் மீது உரிமை கொண்டாடும் பாணியில் உள்ளது. இது மாவோவின் பாணி என்று பளிச்சென்று தெரிகிறது.

மூன்றாவது கடமையை பொறுத்தவரையில் டெங்கின் கருத்துப்படி அமெரிக்க, தைவான் போன்ற சில பிரச்சனைகளில் விமர்சிக்கப்பட வேண்டிய நாடக இருந்தபோதிலும் சோவியத் யூனியன் தான் கொள்கையின் முக்கிய பிரதிநிதி. ஹுயாவ் பாங் தனது அறிக்கை யில் ஏகாதிபத்தியம், மேலாதிக்கம் ஆகிய இரண்டையும் எதிர்த்துப் போராட வேண்டுமென்று கூறுகின்ற பொழுது டெங் தனது உரை களில் ஏகாதிபத்தியம் என்ற சொல்லை பயன்படுத்தவில்லை என்பது குறிப்பிடத்தக்கது.

இத்தகைய சீன அரசியல் பயணத்தில் இன்றைய காலகட்டத்தில் பொருளாதாரத்தில், வேலை வாய்ப்பில், விவசாய உற்பத்தியில், அறிவியல் தொழில் உற்பத்தியில், எண்ணெய் வள உற்பத்தியில், வேலை வாய்ப்பில் முன்னேறி தன் ஆளுமையை செலுத்தி வெற்றிப் பெற்று இன்று உலக வல்லரசாக இருந்த சோவியத் யூனியனை பின்னுக்குத் தள்ளி அவ்விடத்தை சீனா கைப்பற்றியுள்ளது என்பதில் இருவேறு கருத்துக்கு இடமில்லை.

■

19. சீனாவின் பொருளாதாரம்

சீன மக்கள் குடியரசின் சோசலிச சந்தைப் பொருளாதாரம் அனைத்துலக நாணய நிதியத்தின்படி பெயரளவு மொத்த உழைப்பு உற்பத்தியின்படி உலகின் இரண்டாவது பெரும் பொருளாதார மாகும். கொள்ளளவு ஆற்றல் சமநிலை அடிப்படையில் உலகின் மிகப் பெரிய பொருளாதாரமும் ஆகும். சீனாவின் தேசியப் புள்ளியியல் ஆணையம் இதனை மறுத்துள்ளது.

2015 வரை சீனா உலகின் மிக விரைவாக வளர்ந்து வரும் பொருளாதாரமாக இருந்தது; கடந்த 30 ஆண்டுகளாக சீனாவின் வளர்ச்சி வீதம் சராசரியாக 10% ஆக உயர்ந்துள்ளது. வரலாற்று மற்றும் அரசியல் காரணங்களால் இப்பொருளாதார வளர்ச்சியில் பொதுத் துறை நிறுவனங்கள் பெரும்பங்கு வகிக்கின்றன.

சீனா பொருள்கள் தயாரிப்புகளுக்கான உலக மையமாகவும் உலகின் மிகப்பெரிய தயாரிப்புப் பொருளாதாரமாகவும் விளங்கு கின்றது; உலகில் பொருட்களை ஏற்றுமதி செய்வதில் மிகப்பெரும் பொருளாதாரமாகவும் விளங்குகின்றது. தவிரவும் உலகின் மிக விரைவாக வளரும் நுகர்வோர் சந்தையாகவும் இரண்டாம்

நிலையிலுள்ள இறக்குமதியாளராகவும் சீனா விளங்குகின்றது. சீனா சேவைப் பொருட்களை உலகில் இறக்குமதி செய்யும் நாடாகவும் உள்ளது.

சீனா உலகின் மிகப்பெரிய வணிகமாற்று நாடாகவும் உள்ளது. பன்னாட்டு வணிகத்தில் முக்கியப் பங்கு வகிக்கின்றது. அண்மையில் வணிக அமைப்புகளிலும் உடன்பாடுகளிலும் கூடுதலாக பங்கேற்று வருகின்றது. 2001இல் உலக வணிக அமைப்பில் உறுப்பினராக சேர்ந் துள்ளது. பல நாடுகளுடன் தடையற்ற வணிக உடன்பாடுகளை மேற்கொண்டுள்ளது; ஆஸ்திரேலியா, தென்கொரியா, ஆசியா, சுவிட்சர்லாந்து மற்றும் பாகிஸ்தான் நாடுகளுடன் இத்தகைய வணிக உடன்பாடுகளை ஏற்படுத்திக் கொண்டுள்ளது.

அனைத்துலக நாணய நிதியம் அறிக்கையின்படி தனிநபர் வருமானம் அடிப்படையிலான தரவரிசையில் சீனா 2014இல் பெயரளவு மொத்த உற்பத்தியில் 77வது இடத்திலும், கொள்ளளவு ஆற்றல் சமநிலைப்படி 89 ஆவது இடத்திலும் உள்ளது.

சீனாவின் கடலோர மாகாணங்களான செஜியங், ஜியங்சு, புஜியான் மற்றும் முக்கியமாக குவாங்டாங் மிகவும் தொழில்மயமாயுள்ளன; உள்புறம் உள்ள மாநிலங்கள் குறைந்த பொருளாதார வளர்ச்சியைப் பெற்றுள்ளன. சீனாவின் பொருளாதார முக்கியத்துவம் வளர்ந்துள்ள நிலையில் அதன் பொருளாதார நலன் குறித்தும் கட்டமைப்புக் குறித்தும் கவனிக்கப்படுகின்றது.

சீனாவின் சூழலியல் மாசுக்கான நீண்ட நாள் சமூகப் பொருளா தாரச் செலவை தவிர்க்க வானிலை மாற்றம் மற்றும் சூழலியலுக் கான கிரந்தாம் ஆய்வுக் கழகத்தின் நிக்கோலசு இசுடொர்னும், பெர்குசு கிரீனும் சீனாவின் பொருளாதாரம் உயர்நிலைத் தொழில் நுட்பம் சார்ந்தும் குறைந்த கரிம வெளிப்பாட்டையும் ஆய்வு மற்றும் புதுமை சார்ந்ததுமான தேசிய மேம்பட்ட தொழில் வளர்ச்சி யையும் தழுவ வேண்டும் எனவும் கனரக தொழில் மீதான சார்பை குறைக்கவும் பரிந்துரைத்துள்ளனர். இது மைய அரசின் பொரு ளாதார திட்ட நோக்கங்களுடன் ஒத்துள்ளது.

சீ சின் பிங்கின் சீனக் கனவு 'இரண்டு நூற்றாண்டுகளை' சாதிக்க திட்டமிட்டுள்ளது: சீனப் பொதுவுடமைக் கட்சியின் நூற்றாண்டு விழா ஆண்டான 2021இல் தேவைகளில் நிறைவேற்றுவதில் 'கூடியளவில் நல்ல நிலையிலுள்ள சமூகமாக' முன்னேற்றுவது; மக்கள் குடியரசை நிறுவிய நூற்றாண்டு விழா ஆண்டான 2049இல் நவீன மயமாக்கலில் முழுமையும் வளர்ச்சியடைந்த நாடாக முன்னேறுவது.

சீனப் பொருளாதாரத்தின் உலகமயமாக்கலால் 2005ஆம் ஆண்டு அலுவல் முறையாக வெளியிடப்பட்ட சீரான பொருளாதார முன்னறிவிப்பு பாதிக்கப்பட்டுள்ளது. 2010களின் துவக்கத்தில் சீனா தேசிய உலக உற்பத்தியில் $10-டிரில்லியனை எட்டிய முதல் ஆசிய நாடானது;

ஐக்கிய அமெரிக்காவுடனும் ஐரோப்பிய ஒன்றியத்துடனும் சம நிலையை எட்டியது. As China's economy grows, so does China"s ரென்மின்பி, which undergoes the process needed for its internationalization. 2015இல் சீனப் பொருளாதாரம் ஆசிய உள் கட்டமைப்பு முதலீட்டு வங்கியை துவக்கியுள்ளது.

மேற்கத்திய ஊடகங்களால் சீனா முறையற்ற வணிக செயற்முறைகளைப் பின்பற்றுவதாக குற்றம் சாட்டப்படுகின்றது; செயற்கையான நாணயமாற்று வீத குறைப்பு, அறிவுசார் சொத்துத் திருட்டு, பாதுகாப்புவாதம், உள்ளூர் சார்பு பற்று குறித்தும் சீனப் பொது வுடமைக் கட்சி முன்னுரிமை, சீனப் பண்பாட்டுடனான சோசலிசம் குறித்தும் விமர்சனங்கள் வைக்கப்படுகின்றன.

2015இல் சீனப் பொருளாதாரம் 'மந்தப்படுத்தப்படுவதாகவும்' ஆனால் இது பொருளாதார வளர்ச்சி வீதத்தை மட்டுப்படுத்துவதன்றி எந்தப் பொருளியல் பின்னடைவையும் குறிக்கவில்லை என விளக்கப்பட்டுள்ளது. அடிப்படை எஃகு, சிமென்ட் தொழிற்சாலைகளின் கூடுதல் திறனளவைக் குறைக்கவும், விற்பனை குறைகின்ற தயாரிப்பைக் குறைக்கவும் இவ்வாறு மட்டுப்படுத்தப்படுகின்றது.

சீனப் பொருளாதாரம்

நாணயம் : ரென்மின்பி (RMB); அலகு: யுவான் (CNY)

நிதி ஆண்டு : நாட்காட்டி ஆண்டு (சனவரி, 1 முதல் திசம்பர், 31 வரை)

சார்ந்துள்ள வர்த்தக அமைப்புகள் : உலக வணிக அமைப்பு, ஏபெக், ஜி-20 மற்றும் பிற

புள்ளி விவரம்

மொ.உ.உ : $11, 211 டிரில்லியன் (பெயரளவு; ஏப்ரல் 2015) $18.976 டிரில்லியன் (பிபிபி; ஏப்ரல் 2015)

மொ.உ.உ வளர்ச்சி : 6.9% (Q3 2015)

நபர்வரி மொ.உ.உ : $9,154 (பெயரளவு; 75வது; 2015) $13,992 (பிபிபி; 89வது; 2014)

துறைவாரியாக மொ.உ.உ : வேளாண்மை: 9.2%, தொழிற்றுறை: 42.6%, சேவைகள்: 48.2% (2014)

பணவீக்கம் : 2.0% (2014)

கினி குறியீடு : 46.9 (2014)

தொழிலாளர் எண்ணிக்கை : 787.6 மில்லியன் (முதல்; 2012)

தொழில் வாரியாகத் தொழிலாளர் எண்ணிக்கை : வேளாண்மை: 33.6%, தொழிற்றுறை: 30.3%, சேவைகள்: 36.1% (2012 மதிப்பு.)

வேலையின்மை : 4.1% (Q2 2014)

சராசரி மொத்த வருவாய் : 4695 CNY ($739) (2015)

முக்கிய தொழில்துறை : சுரங்கமும் கனிமச் செயற்முறை, இரும்பு, எஃகு, அலுமினியம், பிற உலோகப் பொருட்கள், நிலக்கரி, பொறிகள் அமைத்தல்; போர்த்தளவாடங்கள்; துணியும் உடையும்; பாறைநெய்; சிமென்ட்; வேதிப்பொருட்கள்; உரங்கள்; காலணிகள், பொம்மைகள், மின்னணுப் பொருட்கள் உள்ளிட்ட நுகர்வுப் பொருட்கள்; உணவுப் பதப்படுத்தல்; தானுந்துகள், தொடர்வண்டிப் பெட்டிகளும் தொடர்வண்டிப் பொறிகளும், கப்பல்கள், வானூர்திகள் உள்ளிட்ட போக்குவரத்துத் தளவாடங்கள்;

தொலைத்தொடர்பு பொருட்கள், வணிக விண்வெளி ஏவூர்திக் கலங்கள்.

தொழில் செய்யும் வசதிக் குறியீடு : 90வது (2015)

வெளிக்கூறுகள்

ஏற்றுமதி : $2.34 டிரில்லியன் (2014)

ஏற்றுமதிப் பொருட்கள் : தரவுச் செயற்பாடு பொறிகள், உடைகள், துணிகள், இரும்பும் எஃகும், ஒளியியல் மற்றும் மருத்துவச் சாதனங்கள் உள்ளிட்ட மின்னியல் மற்றும் பிறப் பொறிகள். தொழில்துறை பொருட்களின் அனைத்துப் பகுப்புகளிலும்

முக்கிய ஏற்றுமதி உறவுகள் : ஐக்கிய அமெரிக்கா 16.9%, ஆங்காங் 15.5%, சப்பான் 6.4%, தென் கொரியா 4.3% (2014 est.)

இறக்குமதி : $1.96 டிரில்லியன் (2014)

இறக்குமதிப் பொருட்கள் : மின்னியல் மற்றும் பிறப் பொறிகள், எண்ணெய் மறும் கனிம எரிபொருட்கள், ஒளியியல் மற்றும் மருத்துவச் சாதனங்கள், கனிமங்கள், பிளாஸ்டிக் பொருட்கள் (நெகிழிகள்), கரிமச் சேர்மங்கள்.

முக்கிய இறக்குமதி உறவுகள் : தென் கொரியா 9.7%, சப்பான் 8.3%, ஐக்கிய அமெரிக்கா 8.1%, சீனக் குடியரசு 7.8%, செர்மனி 5.4%, ஆஸ்திரேலியா 5% (2014 est.)

வெளிநாட்டு நேரடி முதலீடு : $1.344 டிரில்லியன் (2012)

மொத்த வெளிக்கடன் : $863.2 billion (2013)

பொது நிதிக்கூறுகள்

பொதுக் கடன் : மொ.உ.உற்பத்தியில் 14.95% (2015 மதிப்பீடு)

வருவாய் : $2.118 டிரில்லியன் (2013 மதிப்பு.)

செலவினங்கள் : $2.292 டிரில்லியன் (2013 மதிப்.)

கடன் மதிப்பீடு : AA- (உள்நாடு)

AA- (வெளிநாடு)

AA- (டி&சி மதிப்பீடு)

(இசுடாண்டர்ட் அண்ட் புவர்சு)

அந்நியச் செலாவணி கையிருப்பு : AA3.3 டிரில்லியன் (முதல்; மார்ச் 2015)

∎

20. ஷீ ஜின் பிங்

சீன அரசியல் வானில் மாவோவின் அரசியல் வாரிசாக விளங்கிய டெங்சியாவ் பிங்-குக்கு பின் ஷீ ஜின் பிங் குறிப்பிடத் தக்கவர். 1953 பிஜிங்-ல் நடுத்தர வர்க்க குடும்பத்தில் பிறந்தவர். பிங்கின் தந்தை ஷீ ஜோங் சுன் முன்னாள் கம்யூனிஸ்ட் கட்சியின் மாநில தலைவர் ஆவர்.

தந்தையை தொடர்ந்து டெங் கியாவ் பிங் சிறு வயதிலே கம்யூனிஸ் கட்சியில் சீன அரசியலின் தந்தையுடன் அரசியல் பாடம் பயிற்றார். 1974 சீன கம்யூனிஸ்ட் கட்சியில் இணைந்தார்.

1979-82 களில் சீனாவின் முன்னணி தலைவராக பணியாற்றினார். 1980-90களில் மாநிலங்களில் நிர்வாகத்திற்கு பொறுப்பேற்று தொழில்துறை வளர்ச்சியில் கவனம் மேற்கொண்டார். 2000-2010ல் மத்திய அரசியலில் பங்கேற்று முக்கிய பொறுப்புகளில் ஒருவராக செயலாற்றினார்.

இவரது அரசியல், பொருளாதார திட்டமிடல் வழிகாட்டுதல் இன்றைய நவீன சீனாவின் உருவாக்குவதில் முன்னெடுப்பு 2012-ல் ஜனாதிபதியாக கம்யூனிஸ்ட் அகிலம் பொதுச் செயலாளராக

தேர்ந்தது. அதன் வழியில் ஜனாதிபதியாக தேர்ந்தெடுக்கப்பட்டார். 2018 சட்டமன்றம் மூலம் நிரந்தர ஜனாதிபதியாக அறிவிக்கப் பட்டார்.

Belt and Road Initative (BRI) உடன் 150 நாடுகளுடன் வளர்ச்சி திட்டத்தில் கைகோர்த்து அந்நாடுகளின் வளர்ச்சிக்கு உறுதுணை யாய் நின்றார்.

இன்று வல்லரசாக நிற்க சர்வதேச அரசியல் மற்றும் பொருளாதார ஆதிக்கம் பெறும் முயற்சியில் இறங்க அனைத்து நாடுகளுடன் கைகோர்த்து நாட்டின் உற்பத்தியில் தன்னிறைவை பெற்று பிற நாடுகளுடன் வர்த்தக ஒப்பந்தத்தை விரிவாக்கினார்.

Made in China 2025 என 2000களிலேயே தொழில்நுட்ப வளர்ச்சித் திட்டத்துக்கு அடிகோல் நாட்டினார்.

A1, Semi conductor, Aerosace, Robotics உலகின் முன்னணி நாடாக முதல் நாடாக்கும் முயற்சியில் மாற்றுத் திட்டத்தை தீட்டினார்.

மக்கள் புரட்சி ராணுவம் (PLA – People's Liberation Army) எனும் இராணுவ அமைப்பை மேலும் வலுப்படுத்தி புதிய ரக விமானங்கள், டாங்குகள், போர்க் கப்பல்கள், நீர்மூழ்கிக் கப்பல்களை உருவாக்கி உலக ராணுவத்தின் முதலாவது நாடகமாக உலகத்துக்கு வெளிச்ச மிட்டு காட்டினார்.

கடற்புற ராணுவத்தில் சீனாவின் ஆதிக்கத்தை அதிகரித்தார்.

தனியார் - அரசின் நிர்வாகத்தில் ஊழல், பெரும் முதலாளித்துவ கொள்ளை அரசியல் ஊழலை கட்டுப்படுத்த பல அதிரடி நடவடிக்கைகள் எடுத்து தனியார் லாபத்தில் அரசின் பங்கை உறுதி செய்தார்.

அரசியல் கட்டுப்பாடு மற்றும் அதிகாரத்தின் மையமாக ஆக்கி அரசின் ஆளுமைக்கு எதிராக செயல்படும் நிர்வாக எதிர்முறை பாய்ச்சலை கட்டுக்குள் கொண்டு வந்தார். மீடியா மற்றும் இண்டர்நெட் கட்டுப்பாடுகள், ஹாங்காங் தைவான் மீதான அரசின் தீவிர நடவடிக்கைகள், சீனாவின் பொருளாதார வளர்ச்சியில்

ஷி-ஜின் பிங்கின் பங்கு குறிப்பிடத்தக்கது ஆகும்.

உலகளாவிய பொருளாதார நெருக்கடியில் சீனாவின் எதிர் வினை மேற்குல நாடுகளை திரும்பிப் பார்க்கச் செய்தன. அமெரிக்க - சீன வர்த்தகப் போராளி, உற்பத்தி, தொழில்நுட்ப முதலீடுகளை அதிகரித்தல், டிஜிட்டல் பொருளாதாரம் அமெரிக்க வளர்ச்சிக்கு போட்டியாக செம்மாந்து நின்று இன்றைய காலகட்டம் வரை மையப்புள்ளியால் செயல்படுகிறது.

தனியார் பெரும் நிறுவனங்களை Huawei, Alibaba, Tencent போன்ற நிறுவனங்களுக்கு ஊக்கம் தந்து உலகில் உள்ள நாடுகளுக்கு வர்த்தக தொடர்பினை ஏற்படுத்தி உள்ளார்.

சாட்டிலைட், 5ஜி, Semi Conductor விண்வெளி தொழில்நுட்பம் A1, Robotics போன்ற நுண்ணறிவு அறிவியல் துறையில் முன்னணி நாடாக நடை பயிலவும் ஊக்குவிக்கவும் முனைந்து செயல்படுதல், அரசின் கட்டுப்பாடு, புதிய பொருளாதார கொள்கைகள், மருத்துவம், கல்வி, தொழில்நுட்ப துறையில் அரசின் அதிகாரத்தை அதிகரித்தல், மிகப்பெரிய சொத்துக்களை கொண்ட நிறுவனங்களை கட்டுப்படுத்துதல் (Alibaba-Didi போன்றவை) இவரது செயல் பாட்டில் மக்களின் உலக அரசியலில் சீனாவின் பங்கை திரும்பிப் பார்க்க வைத்துள்ளது.

∎

21. சக்தி வாய்ந்த சக்தி

மாவோவின் பாதையில் நடைபெற்ற மக்கள் எழுச்சி உலகம் தம்மை திரும்பிப் பார்க்க செய்ய வேண்டும் என்ற உந்துதலோடு மக்கள் அரசும் செயல்பட்டது. அதற்கு உழைப்பு... உழைப்பு... உழைப்பு... என்ற சக்தி வாய்ந்த சக்தியை முன்னெடுத்தது அரசு. அதற்கு அடிபணிந்தனர் மக்கள் என்றே சொல்ல வேண்டும்.

சீனா இன்று உலக பொருளாதார சந்தையில் இரண்டாவது மிகப் பெரிய நாடாகத் திகழ்கிறது. அதன் அதிவேக வளர்ச்சி, தொழில் நுட்ப முன்னேற்றம், வணிகம் பொருளாதார ஆதிக்கம் உலகின் வல்லரசாக அமெரிக்காவுடன் போட்டியிடும் அளவிற்கு உயர்ந்துள்ளது.

உலகின் வல்லரசாக அமெரிக்கா - சோவியத் யூனியன் என்பது கடந்த ஆண்டுகளில் அரசியல் பொருளாதாரத்தில் பேசப்பட்டு நிலை மாறி இன்று அமெரிக்க - சீன என உருமாறியது.

பொருளாதார வளர்ச்சி :

சீனாவின் மொத்த உள்நாட்டு உற்பத்தி (GDP) இன்று 18 டிரில்லியன் டாலருக்கு மேல் உள்ளது. உலகத் தொழில் துறையில் 30 சதவிகிதம்

சீனா உலகின் தொழிற்சாலையாக மாறியுள்ளது. தொழில்நுட்ப சேவைத் துறையில் பெரும் வளர்ச்சியினைக் கண்டு டிஜிட்டல் தொழில்நுட்பம் மற்றும் நிதிச் சேவைகள் மீது கவனம் செலுத்துகிறது.

கல்வித் துறையில் அறிவியல் சிறந்தோங்கி புதிய புதிய கண்டு பிடிப்புகள் கண்டு மின்சார வாகனங்கள், பேட்டரி தொழில் DYD, CAT போன்ற நிறுவனங்கள் சந்தையில் ஆதிக்கம் செலுத்துகிறது.

மேலும் 5G மற்றும் AI சீனா செயற்கை நுண்ணறிவு அதாவது இயந்திர மனிதன், இயந்திரத்தின் மூலம் செயல்பாட்டினை வளர்த்து மனித சக்தியை குறைத்து மின்சக்தி மூலம் இயங்க வழிவகை செய்துள்ளது.

பணப்புழக்கத்தை குறைத்து டிஜிட்டல் மூலம் பணச்செலவாணி உலகின் முதல் மொத்தமாக அரசால் பரிந்துரைக்கப்பட்டு கிரிப்டோ கரன்சி உருவாக்கப்பட்டு மக்கள் பயன்பாட்டுக்கு கொண்டு வந்து உலகில் காகித பணத்தை குறைத்து செலவாணியை உலகுக்கே அறிமுகப்படுத்தியுள்ளது.

சர்வதேச உறவுகள் :

Belt and Road Initiative (BRI) மூலம் அதாவது சாலை மற்றும் கடல் வழிமூலம் 150க்கும் மேற்பட்ட நாடுகளுடன் வணிக ஒப்பந்தங் களை செய்து தனது உற்பத்திப் பொருட்களை பிற தேசங்களில் கையாள வழிவகை செய்துள்ளது. இதனால் அமெரிக்காவுடன் வர்த்தகப் போர் மற்றும் அந்தந்த காலத்துக்கேற்ற உற்பத்தி சாதனங் களை பெருக்கி போட்டியை உருவாக்கியுள்ளது. இதன் மூலம் ரஷ்யா, ஆப்பிரிக்கா, மத்திய ஆசிய நாட்டு மக்களுடன் புழங்கி தனது பொருள் மூலம் செயல்பாட்டினை இயங்க வைக்கிறது.

இதனால் பிற நாடுகளில் அரசியலில் கட்டுப்பாடுகளும் பன்னாட்டு முதலீட்டாளர்களின் ஏற்றுமதி இறக்குமதி துறைகளின் ஆதிக்கத் தையும் கவலைகளை, போட்டிகளை எதிர்கொள்ள செய்கிறது.

அதிக தொழில் துறை மூலம் உற்பத்தி பெருக்கத்தினால் கட்டுப் பாடுகள் - பல மேற்குலக நாடுகள் சீனாவின் தொழில்துறை சவாலாகப் பார்க்கின்றன.

சீனாவின் மக்கள் சக்தியினால் அதன் வளர்ச்சி AI, Robotics, Space Exploratio, Quantum, Computing என விண்வெளி, கப்பல் தொழில்நுட்பத் துறையில் ஆய்வு வளர்ச்சியில் பிற நாடுகளின் போட்டா போட்டி போட்டு தனது அறிவியல் - தொழில்நுட்ப வளர்ச்சியில் சர்வதேச அளவில் முன்னணி பெற்றுள்ளது. அதே பொழுதில் வணிகப் போர்களை சமாளிக்க, போட்டியிலிருந்து தப்பிக்கவும் நவீன டிஜிட்டல்களையும் வளர்த்துள்ளது.

மொத்தத்தில் இன்றைய சீன அரசியலில், பொருளாதாரம், தொழில் நுட்பம், சர்வதேச உறவுகள் என பல்வேறு திசை வழிகளில் உலகின் மிகப்பெரிய வல்லரசாக மாறி வருகிறது. சீனாவின் வளர்ச்சி திட்டங்கள் உலகளாவிய முக்கியத்துவத்தை இன்னும் உறுதி செய்து கொண்டே இருக்கிறது.

இதன் வழியில் உலகளவில் இன்றைய சீனாவின் பொருளாதாரம் மிகப்பெரிய வல்லரசாக வளர்ந்துள்ளது. கடந்த நாற்பது ஆண்டு களில் வளர்ந்து அமெரிக்க வல்லரசுக்கும் போட்டியாக உலக நாடுகள் அஞ்சும் வண்ணம் உருவெடுத்துள்ளது என்பது மிகையா காது.

சீனாவின் பொருளாதார தாக்கம் :

1. உற்பத்தி தொழில்துறை மற்றும் தொழில்நுட்ப வளர்ச்சி

2. உலகின் தொழிற்சாலை மொத்த உற்பத்தியில் 30% பங்கு

3. இ-காமர்ஸ் மற்றும் டிஜிட்டல் பொருளாதாரம் Alibaba, Tencent, J.D.Com போன்ற பெரிய நிறுவனங்கள்.

சர்வதேச முதலீடுகள் மற்றும் வர்த்தகம் :

சீன, அமெரிக்க, ஐரோப்பா ஆகிய நாடுகளில் மிகப்பெரிய முதலீடு களை செய்து வருகிறது. BRI மூலம் 1 டிரில்லியன் டாலர் மதிப்பி லான பன்முகப்பட்ட வளர்ச்சித் திட்டங்கள் என்பதுடன் சீனாவின் வல்லரசுக்கான பாதையை நோக்கி அமெரிக்காவுடன் பொருளாதார போட்டி, டெக்னாலஜி போராட்டம், சீனாவின் Huawei-Tiktok போன்ற நிறுவனங்களுக்கு அமெரிக்காவின் தடைகள்.

வர்த்தக போர்கள் மூலம் சீனாவின் மிகப்பெரிய ஏற்றுமதி சந்தையான அமெரிக்க வரிகளில் அதிக அளவில் விதித்தது. விதித்துக் கொண்டும் வருகிறது. இது வருங்காலத்திலும் தொடரும் என அமெரிக்கா எச்சரித்துள்ளது. இதன் மூலம் வர்த்தகப் போரில் அமெரிக்க பெரும் அச்சத்துடனே இருக்கிறது.

எனவே உலகளாவிய நிதி அமைப்புகளில் சீனாவின் ஆதிக்கம் பெருகி வருவதைக் கண்டு Asia Infrastructure Investment Bank (AIIB) உலகளாவிய பொருளாதாரத்தில் அமெரிக்கா செலுத்தும் உலக வங்கிக்கு (World Bank) மாற்றாக சீனா புதிய நிதி அமைப்புகளையும் உருவாக்கி உள்ளது.

BRICS- சீனா உலகளாவிய நிதிச் சந்தைகளை கட்டுப்படுத்த BRICS நாடுகளுடன் இணைந்து புதிய வணிக ஒப்பந்தங்களை உருவாக்கு கிறது.

எதிர்கால திட்டங்கள் :

இன்னும் சீனா பொருளாதார வலைகரத்தை விஸ்தரிக்க இலக்கு களை நோக்கிப் பாய்ச்சுகிறது. "Made in China 2025' தொழில்துறை வளர்ச்சியில் நெம்பர் 1 ஆக திட்டமிடுகிறது.

செயற்கை நுண்ணறிவு (AI) மற்றும் ரோபோடிக்ஸ் 2030க்குள் உலகின் மிகப்பெரிய AI மையமாக சீன உருவாகும். எதிர்கால முதலீடுகள் - மின்சார வாகனங்கள், கிரிப்டோ கரன்சி, ஸ்பேஸ் தொழில்நுட்பம்.

மாவோவின் 'குதிரைப் பாய்ச்சல்' திட்டத்தின் சீன மக்களின் எழுச்சியும் பலரது வீழ்ச்சியும் மட்டுமல்லாது மரணங்களும் இன்றைய சீன அரசியல், பொருளாதாரம், தொழில்நுட்பம், சர்வதேச உறவுகள் என பல்வேறு பரிமாணங்களில் உலகின் பெரிய பொருளாதார வளர்ச்சி பெற்று வல்லரசாக மாறி விட்டது. வருங்காலத்திலும் உலக பொருளாதாரத்தை கட்டுப்படுத்தும் ஒரு பெரிய சக்தியாக மாறும் என்பது வியப்பேதும் இல்லை.

சர்வதேச அரசியலில் ஷீ ஜின் பிங்கின் தாக்கம் மேலோங்கி வருகிறது. BRICS, G20, US, SCO போன்ற உலக அமைப்புகள் சீனாவின்

ஆதிக்கம் பெறுகிறது. Zero-Cori கொள்ளை அதன் பொருளாதார தாக்கம் உலகளாவில் பெருகி வருகிறது.

ருஷ்யா - உக்ரைன் போரில் சீனாவின் வெளிப்பாடு.

செயற்கை நுண்ணறிவு மற்றும் புதிய தொழில்நுட்பங்களில் முதலிடத்தில் தக்க வைத்து கொள்வது நிலை நிறுத்துவது, எதிர்கால சீனா ஜின்பிங்கின் இலக்குகள் அவரது தொலைதூரப் பார்வையை நமக்கு படம் பிடித்துக் காட்டுகிறது.

2035 - சீன கனவு திட்டம் - சீனாவை உலகின் நம்பர் 1 பொருளாதார நாடாக மாற்றுதல்.

2049 - சீன நூற்றாண்டில் உலகின் மிகப்பெரிய வல்லரசாக உருவாக்கும் திட்டம்.

சர்வதேச நிலையை அதிகரித்து அமெரிக்காவை முந்தி உலக ஆதிக்கம் பெறுதல்.

சீனா தன் நாட்டின் மின் தேவை அதிகரிக்க மின்னல் வேகத்தில் சென்று கொண்டிருக்கிறது. அவர்களின் அறிவியல் சிந்தனை ஓட்டத்தைப் பார்ப்போம்.

நாம் மலை என்றால் உடனே கோயில் கட்டி கும்பிடும் அநாகரிகச் செயலைச் செய்வோம். ஆனால், அவர்களோ மலைகளின் இயற்கை வளங்களை அறிவியல் உதவியுடன் நாட்டின் வளர்ச்சிக்கு பாடுபட்டுக் கொண்டிருக்கிறார்கள்.

மலையின் மேல் மின் உற்பத்திக்கான தகடுகளைப் பதித்து மின் தேவையை பூர்த்தி செய்து வருகிறது சீனா.

மாவோவின் 'தாவிப் பாய்ச்சல்' முறையினை தொடர்ந்து சீனாவின் பொருளாதாரம், அரசியல், இராணுவம் மற்றும் சர்வதேச உறவு களில் முக்கிய பங்காற்றுவது, புதிய கொள்கைகள், வளர்ச்சித் திட்டங்கள், அடுத்த 10-20 ஆண்டுகளில் அரசியல் முடிவுகள் சீனாவின் எதிர்காலத்தை தீர்மானிக்கும் முக்கிய சக்தியாக இருக்கும் என்பதில் ஐயமில்லை.

உலகின் மிக அதிக மக்கள் தொகை கொண்ட நாடு சீனா. அதே பொழுதில் அதிக பரப்பளவு கொண்ட நாடும் இதுதான்.

சீன அரசியல் உலகில் பல போர்களை சந்தித்துள்ளது. இரத்தக் களறியின் விளை நிலமாய் வளர்ந்தது. இது ஒருபுறம் இருக்க அவர்கள் கலை, பண்பாடு, கலாச்சாரம் மேன்மையுடையது.

சீனாவின் ஒவ்வொன்றும் அவர்களின் சுயசிந்தனையால் கண்டு பிடிக்கப்பட்டு உலகத்துக்குத் தந்தது ஏராளம். அவர்கள் கற்றதும் பெற்றதும் தாராளம்.

இன்று உலகின் வல்லரசாகத் திகழும் சீனா கடந்த அத்தியாயங்களில் படித்த செய்திகள் வழியே அவர்களின் முன்னேற்றப் பாதையை அறியலாம்.

இன்றும் உலகின் அனைத்துப் பகுதியிலும் அவர்களின் உற்பத்திப் பொருட்கள் கோலோச்சுவது கண்கூடு.

Made in China என்ற பொருள் குண்டுசி முதல் விண்வெளி ராக்கெட் வரை கொடி கட்டி பறக்கிறது. இதற்கு அவர்கள் செலுத்திய உழைப்பு மகத்தானது.

எறும்புக்கு உதாரணமாக சீன மக்களைச் சொல்வதுண்டு. 1970களில் சீன கம்யூனிஸ்ட் கட்சி 2030களில்அனைவருக்கும் வேலை, அனைவருக்கும் வீடு, அனைவருக்கும் மருத்துவ வசதி என்ற கோஷத்தை 2024?லேயே சாதித்து விட்டார்கள்; விட்டோம் என்று பெருமைப்படக் கூறுகிறார்கள்.

அவர்களின் கல்வி முறை வாழ்வியலின், வெற்றியின் படிக் கட்டாகவே துவங்குகின்றார்கள். உலகின் ஒலிமிக் போட்டியில் இரண்டாம் இடத்தைத் தக்க வைத்து வருகிறார்கள்.

ஒரு காலத்தில் வல்லரசாக அமெரிக்கா - ரஷ்யா என்றிருந்ததை இன்று அமெரிக்கா - சீனா என திசை மாற்றி உலக அரசியலில் நடைபோடுகின்றனர்.

■